U0057075

瑞蘭國際

中級
越南語會話

TIẾNG VIỆT HỘI THOẠI TRUNG CẤP

黎氏仁（Lê Thị Nhâm）編著

B1-B2

　　東南亞的經濟體在 21 世紀初已成為世界上增長最快的經濟體之一。2008 年經歷了全球金融海嘯的慘痛教訓後，該地區各國為了爭取更多的外貿機會，開始轉變在製造業生產的網絡，尤其是越南的發展狀況，更令人刮目相看。在外資企業持續投資製造業的情況下，越南的經濟成長率持續攀升，並且在出口總額中，電子產業已超越紡織業，顯示出口部門的產業結構轉變。東南亞經濟體也在過去五年中呈現出驚人的增長，其 GDP 總和相當於世界第五大經濟體。

　　臺灣與越南雖然沒有正式的外交關係，但是兩國在經貿、投資、教育、社會的交流上至為緊密。其中因婚姻移民來臺的越南籍配偶已達數萬人之多，跨國婚姻新生兒出生人數逐年攀升，所謂新住民的第二代尤屬越南最多，從國小到大學學生人數高達數十萬人，是不容小覷的族群。

　　根據文化人類學家的觀點，語言作為文化的重要元素，不僅影響著一個人的思維方式和對生活世界的感知，更會影響一個人跨文化的交流能力。近代以來，語言更是文化的具體表現，透過語言的學習，不僅可以體會自己文化的內涵，同時也是跨文化認知和相互理解的有效管道。

　　國立政治大學因應全球發展的趨勢，於 2017 年創立東南亞語言與文化學士學位學程，首先以越南語組為起始，將語言學習作為核心，以文化社會專業知識作為輔助，並以加強東南亞區域整體發展的概念為課程設計方向。在各位教師的努力下，將依序出版《初級越南語》、《中級越南語》、《高級越南語》三本教科書，以及搭配的三本《初級越南語會話》、《中級越南語會話》、《高級越南語會話》，提供學生與社會有興趣學習越南語的人士運用。內容豐富，系統完整。雖然不盡完美，還請有識先進不吝指教。

國立政治大學

東南亞語言與文化學士學位學程主任

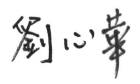

　　《中級越語會話》是為國立政治大學東南亞語言與文化學士學位學程越語組二年級學生所編寫的教材，此書用來銜接《初級越語會話》，期許以更深入、更多樣的內容激發學生自然而然地說出越南語。本書依照 iVPT（International Vietnamese Proficiency Test，國際越南語能力認證檢定），以及 CEFR（Common European Framework of Reference for Language，歐洲語言共同參考架構）B1、B2 等級之程度編纂內容。本書共 16 課，教學約 2 學期，共 144 節課，288 小時。

　　《中級越語會話》透過實際生活的對話，例如：海關手續、飲食、娛樂活動、多文化交流⋯⋯，並介紹中級程度日常溝通用字與文法。每一課皆著重 6 項重點技能，分別為「詞彙」、「文法」、「聽」、「說」、「讀」、「寫」。除此之外，透過各課不同的主題，還能讓學生得以更加深入了解越南的文化、社會、教育、生活、制度。

　　本書乃為臺灣主修越南語的學生量身打造，以可以讓學習者有效率地學好越南語的外語教學方式編寫，就是希望這本書能夠有助於越語教學者「好教學」與越語學習者「好學習」。而在編寫的過程中，編著者受到許多學程學生的幫助以及熱情的意見回饋，使得本書內容更加提升、更加適合學習，在此致上謝意。

　　雖然編著者已盡力編寫，但想必仍有若干待改進之處，歡迎各界先進以及學生們提供意見回饋，讓本書更加完善。

　　最後，要感謝國立政治大學、外語學院、東南亞語言與文化學士學位學程的長官們以及莘莘學子們，謝謝您們使我的教學得以更加精進，以及促使我完成這本書。

國立政治大學

黎氏仁

Lê Thị Nhâm

　　《中級越南語會話》透過越南文化特色，利用聽、說、讀、寫4項學習方式，帶領學習者加強會話技巧、學習實用語法、熟悉口語表達之詞彙。本書亦強調句型練習，引導學習者運用簡短對話討論各種主題。學習者將透過以下步驟，建立越南語基礎：

▶ 個人意見

- 此部分主要是為了活化學習者的思考。
- 透過討論與回答問題，學習者可掌握該課課程的主題。

▶ 課前導讀

- 在第12～16課每課的一開始增加「課前導讀」區塊，為了是讓學習者了解更多越南的基本知識，並鼓勵學習者用越南語的思維開口說越南語。

▶ 會話

- 每一課皆有1篇貼近越南實際生活的會話主題及對話內容。
- 透過該主題及內容，可認識越南文化及相關知識。
- 另有針對會話內容的問答題，讓學習者練習用越南語表達想法。

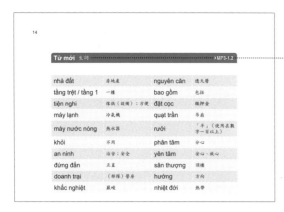

生詞

- 列出會話中出現的生詞，並有中文翻譯輔助理解。
- 可增加日常對話的詞彙量，並增加片語能力。

文法

- 整理出會話中出現的各項文法，並有詳細解說及例句、中文翻譯。
- 針對有特殊用法的文法句型另有詳細解說。

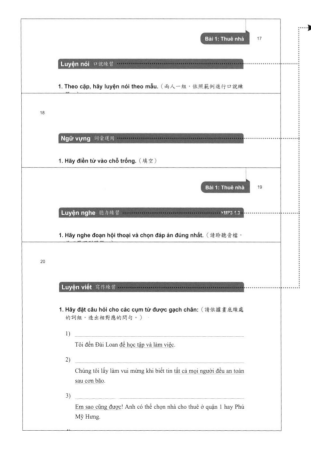

實作練習

- 每一課皆有4項實作練習，協助學習者自行檢測學習成果。
- **口說練習**：利用指定的詞彙及文法，依據情境練習口說，提升表達感受及想法的能力。
- **詞彙運用**：透過選出語意相近的詞彙等練習，一舉掌握詞彙，熟悉句型。
- **聽力練習**：透過聆聽音檔中的對話，提升掌握談話主題，理解對話內容的能力。
- **寫作練習**：利用所學的詞彙與語法，除了練習完成句子外，也加強描述自身經驗、發表對某一主題的看法、介紹美食及休閒活動等能力。

練習題解答 QR Code

掃描封面QR Code，還能下載全書練習題解答及聽力練習文本，隨時自行檢視學習程度。

音檔 QR Code

掃描封面QR Code，即可下載標準北方口音（河內）及標準南方口音（胡志明市）音檔。跟著練習，不僅可加強「聽」與「說」的能力，更能學習兩種不同的越南語口音。

如何掃描 QR Code 下載音檔

1. 以手機內建的相機或是掃描 QR Code 的 App 掃描封面的 QR Code。
2. 點選「雲端硬碟」的連結之後，進入音檔清單畫面，接著點選畫面右上角的「三個點」。
3. 點選「新增至「已加星號」專區」一欄，星星即會變成黃色或黑色，代表加入成功。
4. 開啟電腦，打開您的「雲端硬碟」網頁，點選左側欄位的「已加星號」。
5. 選擇該音檔資料夾，點滑鼠右鍵，選擇「下載」，即可將音檔存入電腦。

目次

Bài 1

Thuê nhà
租房

Ý kiến cá nhân 個人意見

Theo bạn, mỗi loại nhà bên dưới có những ưu và nhược điểm gì? Nếu là bạn, bạn sẽ thuê loại nhà nào?

Loại nhà	Mô tả	Giá / tháng
nhà nguyên căn	- Vị trí: khu Phú Mỹ Hưng - Diện tích 400 m^2, 1 trệt và 2 lầu, 5 phòng ngủ, nội thất đầy đủ, sân vườn rộng và thoáng mát	39 triệu
	- Vị trí: Melosa Garden, quận 9 - Diện tích 144 m^2, 1 trệt và 2 lầu, 5 phòng ngủ, nội thất đầy đủ, biệt thự sân vườn	22 triệu
chung cư	- Vị trí: căn hộ Florita- 18 lầu, khu Phú Mỹ Hưng - Diện tích 35 m^2, 1 phòng, tiện nghi đầy đủ	8 triệu rưởi
	- Vị trí: Tầng 6, Sky 9, Liên Phường, Q9 - Diện tích 74 m^2, 3 phòng ngủ, tiện nghi đầy đủ	6 triệu rưởi

Hội thoại 會話   ▶MP3-1.1

Minh tìm gặp bác chủ nhà, tên Hải, để thảo luận về vấn đề thuê nhà:

Minh:	Chào bác! Cháu xem thông tin nhà đất ở trên mạng, được biết bác có nhà cho thuê. Cháu có thể vào xem nhà, được không ạ?
Ông Hải:	Ừ, *tất nhiên* là được rồi. Cháu muốn thuê nhà *để làm gì*?
Minh:	Cháu có một người bạn, người Đài Loan. Bạn ấy học tại trường Đại học Quốc gia. Cháu giúp bạn ấy tìm nhà. Bác cho cháu xem nhà được không ạ?
Ông Hải:	Bạn cháu là nam hay nữ? Tính cách thế nào? Tuy bác là người thoải mái, nhưng bác không thích các bạn trẻ sống quá tự do. Cháu hiểu ý bác chứ?
Minh:	Dạ, cháu hiểu điều này ạ. Bác yên tâm, bạn ấy là một thanh niên đứng đắn, lễ phép và rất đẹp trai.
Ông Hải:	Vậy thì tốt rồi! Để bác giới thiệu một chút cho cháu: Căn nhà này có 1 trệt, 2 lầu và 1 sân thượng. Mỗi lầu có diện tích 60 m^2. Tầng trệt có phòng khách, phòng ngủ và phòng ăn. Lầu 1 và lầu 2, mỗi lầu đều có hai phòng ngủ và một phòng tắm. Nhà này quay theo hướng Nam, rất phù hợp với khí hậu khắc nghiệt, nhiệt đới của Việt Nam.
Minh:	Các phòng có đầy đủ tiện nghi không, hả bác?
Ông Hải:	Điều đó thì cháu khỏi phải lo. *Tất cả* các phòng *đều* có máy lạnh, bình tắm nóng lạnh và quạt trần. Thế cháu muốn thuê nguyên căn hay một lầu thôi?
Minh:	Bạn cháu ở một mình và lại là sinh viên nên chỉ muốn thuê một lầu thôi.
Ông Hải:	*Sao cũng được.* Ở một mình cho yên tĩnh, tập trung học hành, không bị phân tâm.
Minh:	Nhiêu tiền một tháng ạ?

Ông Hải:	Ba triệu rưởi, không bao gồm: tiền điện, nước và điện thoại. Nếu định thuê, phải đặt cọc tiền trước, *lỡ* bạn cháu không thuê nữa *thì* làm sao.
Minh:	Cũng hơi mắc, bác ạ! Bạn cháu là sinh viên, bác tính rẻ hơn một chút xíu ạ.
Ông Hải:	Thôi được rồi, bác bớt cho cháu 500 ngàn nhé?
Minh:	Vâng, cháu cám ơn bác. Mà an ninh ở khu vực này như thế nào hả bác?
Ông Hải:	Khu này là gần doanh trại bộ đội, cách đây chừng 30 mét là trụ sở công an phường. Cháu yên tâm hơn rồi chứ?
Minh:	Vâng, tuyệt quá ạ! Bao giờ bạn cháu có thể chuyển đến đây được ạ?
Ông Hải:	Có thể dọn đến đây vào tháng sau.
Minh:	Thế thì tốt quá ạ! Cháu cám ơn bác.

1. Hãy dựa theo nội dung của bài hội thoại, trả lời các câu hỏi sau đây: (請閱讀會話內容，並回答下列問題。)

1) Tại sao Minh biết được ông Hải có nhà cho thuê?

2) Minh thuê nhà cho ai ở?

3) Ông Hải là người như thế nào?

4) Bạn của Minh là người như thế nào?

5) Hãy mô tả sơ đồ của căn nhà cho thuê.

6) Các tiện nghi chính trong căn hộ?

7) Tiền thuê nhà là bao nhiêu?

8) Địa điểm của căn nhà cho thuê này ở gần chỗ nào?

9) Bao giờ bạn Minh có thể chuyển vào nhà mới?

2. Hãy chọn Đúng (Đ) hay Sai (S) hay Không (K) theo nội dung của bài hội thoại.（請根據會話內容，勾選「是」（**Đúng**）或「非」（**Sai**）或「沒有提及」（**Không**）。）

	Đúng / Sai / Không
1) Minh tìm nhà cho thuê trên trang đăng tin nhà đất.	○ Đ ○ S ○ K
2) Vì ông Hải là người sống thoải mái nên rất dễ tính.	○ Đ ○ S ○ K
3) Căn nhà có tổng cộng 3 tầng và một sân thượng.	○ Đ ○ S ○ K
4) Minh cảm thấy lo vì căn nhà cho thuê không tiện nghi.	○ Đ ○ S ○ K
5) Vì Minh là sinh viên nên chỉ muốn thuê 1 lầu, vừa đủ để ở.	○ Đ ○ S ○ K
6) 3 triệu rưỡi 1 tháng là đã bao gồm tiền thuê nhà và tiền điện nước.	○ Đ ○ S ○ K
7) Căn nhà gần trụ sở công an phường nên rất an ninh, không phức tạp.	○ Đ ○ S ○ K
8) Ông Hải cảm thấy an tâm vì bạn của Minh sẽ thuê nhà sớm.	○ Đ ○ S ○ K

Từ mới 生詞　▶MP3-1.2

nhà đất	房地產	nguyên căn	透天厝
tầng trệt / tầng 1	一樓	bao gồm	包括
tiện nghi	傢俱（設備）；方便	đặt cọc	繳押金
máy lạnh	冷氣機	quạt trần	吊扇
máy nước nóng	熱水器	rưỡi	「半」（使用在數字一百以上）
khỏi	不用	phân tâm	分心
an ninh	治安；安全	yên tâm	安心、放心
đứng đắn	正直	sân thượng	頂樓
doanh trại	（部隊）營房	hướng	方向
khắc nghiệt	嚴峻	nhiệt đới	熱帶

Ngữ pháp 文法

1. Cụm từ "tất nhiên" và "dĩ nhiên": dùng sau chủ thể hoặc ở đầu câu để diễn tả ý " phải như vậy".（詞組「**tất nhiên**」和「**dĩ nhiên**」：為中文的「當然」。放在主詞後面或句子前面，表示「必須如此」之意。）

Ví dụ

· Ngày mai, anh có tham dự tiệc sinh nhật của Ngọc Mai không? - *Dĩ nhiên* là tham gia rồi.

你明天會參加玉梅的生日派對嗎？ -當然是會參加啦。

· Học sinh tiểu học nên chơi hay học là chính? - *Tất nhiên* là: "Vui chơi là chính, học chỉ là phụ!"

小學生應以學習還是玩樂為重？ -當然是「玩樂為主，學習為輔」！

2. Cách hỏi có mục đích.（有目的性的疑問。）

Để làm gì? 用來做什麼？

表疑問，用於詢問動作的目的。

> 主詞＋動詞＋ **để làm gì?**
> 主詞＋動詞＋ **cho** ＋…
> 主詞＋動詞＋ **để** ＋…

Ví dụ

· Em học tiếng Việt *để làm gì?* - Em học tiếng Việt để hiểu hơn về văn hóa Việt Nam.

你為什麼要學越南語？ -我為了更了解越南文化，學習越南語。

· Anh mua mỹ phẩm *để làm gì?* - Anh mua mỹ phẩm cho bạn gái.

你買化妝品幹嘛？ -我買化妝品給女友。

3. Cấu trúc dùng để nhấn mạnh tính đồng nhất của người, sự việc và hành động. (**Tất cả**＋主詞＋**đều**＋動詞／形容詞：「所有＋主詞＋都＋動詞／形容詞」用於強調人、事物、行為的統一性。)

> **Tất cả**＋主詞＋**đều**＋動詞／形容詞

Ví dụ ・ *Tất cả* mọi người đều tham gia tiệc chia tay của Lan.
全部人都參加小蘭的送別會。

・ *Tất cả* các phòng học đều chật kín người.
全部教室都擠滿了人。

4. Cấu trúc dùng để diễn tả một điều kiện mà nó có thể xảy ra ngoài mong đợi. (此文法用於表示某個可能會意外發生的條件。)

> **lỡ... thì ...**

Ví dụ ・ Mua nhiều đồ ăn vào, *lỡ* ăn không hết *thì* cất vào tủ lạnh.
多買一點食物，萬一吃不完就放冰箱。

・ *Lỡ* cô ấy không chuyển tiền cho tôi *thì* tôi biết làm sao?
萬一她不轉帳給我的話，我要怎麼辦？

5. Cụm từ "sao cũng được": dùng để biểu đạt sự chấp thuận tạm thời trong một hoàn cảnh nào đó. (詞組「**sao cũng được**」：意為「都可以」。表示在某種情境況下，暫時接受了某種條件。)

Ví dụ ・ Em thấy cái váy màu vàng này được không? – Em *sao cũng được*!

你覺得這件黃色裙子可以嗎？ - 我都可以啊！

・ Anh muốn đi Hoa Liên hay Cao Hùng? - Anh *sao cũng được*.

你想要去花蓮還是高雄？ - 我都可以。

Luyện nói 口說練習

1. Theo cặp, hãy luyện nói theo mẫu. （兩人一組，依照範例進行口說練習。）

– Ở đây có <u>văn phòng</u> cho thuê, phải không?

– Vâng ạ! Xin hỏi, chú muốn thuê mấy <u>năm</u> ạ?

– Chú muốn thuê <u>2 năm</u>. Nhiêu tiền một <u>tháng</u> hả?

– Thưa chú! <u>3 vạn</u> một <u>tháng</u> ạ!

1) áo dài / 2 ngày / 500 Đài tệ

2) sân chơi golf / 4 giờ / 1000 Đài tệ

3) xe máy / 1 ngày / 700 Đài tệ

4) xe hơi / 2 ngày / 5 ngàn Đài tệ

5) ca nô ra biển chơi / 2 tiếng / 40 ngàn Đài tệ

Ngữ vựng 詞彙運用

1. Hãy điền từ vào chỗ trống. （填空）

nhà bếp	lầu	tuy…nhưng
phòng khách	tất cả	ngôi nhà

_____ của chúng tôi ở ngoại thành, nằm cách trung tâm thành phố tầm 30 ki lô mét. Đó là một ngôi nhà màu hồng rất dễ thương, có tổng cộng 4 phòng chính: một phòng khách, hai phòng ngủ và một nhà bếp.

Trong _____ có bộ ghế sofa, một chiếc tivi và một cái tủ trưng bày. Kế bên phòng khách là _____ , nơi nấu nướng và thưởng thức đồ ăn thức uống của cả gia đình. Hai phòng ngủ ở trên _____ ____ là phòng của bố mẹ và của tôi. Vào mỗi dịp lễ Tết, _____ các thành viên trong gia đình đều cùng nhau trang hoàng nhà cửa. Ngôi nhà _____ không rộng _____ với tôi, đó là nơi lý tưởng nhất trong thế giới rộng lớn này.

Luyện nghe 聽力練習   ▶MP3-1.3

1. Hãy nghe đoạn hội thoại và chọn đáp án đúng nhất.（請聆聽音檔，並回答下列問題。）

   1)

      ☐ A. mua sắm

      ☐ B. học hành

      ☐ C. buôn bán

      ☐ D. thuê nhà

   2)

      ☐ A. hai triệu / 1 tháng

      ☐ B. ba triệu / 1 tháng

      ☐ C. bốn triệu / 1 tháng

      ☐ D. năm triệu / 1 tháng

   3)

      ☐ A. tiền đặt cọc quá mắc

      ☐ B. giá thuê mỗi tháng quá rẻ

      ☐ C. giá thuê căn nhà này mắc hơn căn khác

      ☐ D. vị trí quá xa

Luyện viết 寫作練習

1. Hãy đặt câu hỏi cho các cụm từ được gạch chân:（請依據畫底線處的詞組，造出相對應的問句。）

1) _____

Tôi đến Đài Loan <u>để học tập và làm việc</u>.

2) _____

Chúng tôi lấy làm vui mừng khi biết tin <u>tất cả mọi người đều an toàn sau cơn bão</u>.

3) _____

<u>Em sao cũng được</u>! Anh có thể chọn nhà cho thuê ở quận 1 hay Phú Mỹ Hưng.

4) _____

Ở vùng nông thôn Việt Nam, tất cả các <u>cửa hàng đều đóng cửa sau 11 giờ đêm</u>.

5) _____

<u>Tất nhiên là tôi không biết</u> rằng anh ấy đã dối lừa mình trong một quãng thời gian dài như vậy.

6) _____

Tôi cố gắng học thật giỏi tiếng Việt <u>để sau này tìm được công việc tốt</u>.

2. Hãy viết câu trả lời cho các câu hỏi sau đây:（請回答下列問句。）

1) Lỡ xe bị hư giữa đường thì làm thế nào?

_____

2) Lỡ con gái chị không đậu vào đại học thì làm sao?

_____

3) Lỡ anh ta thất nghiệp thì làm thế nào?

_____

4) Lỡ kẹt xe thì phải làm thế nào?

_____

5) Ngày mai biểu diễn văn nghệ ở ngoài trời, lỡ trời mưa thì làm thế nào?

_____

6) Lỡ cô ấy đi định cư ở nước ngoài và không trở về nước, thì anh tính làm sao?

_____

3. Hãy đặt câu với các từ cho sẵn sau đây:（請用下列詞語及文法造句。）

(1) lỡ…thì…   (2) tất cả…đều…   (3) …để làm gì…

(4) Tất nhiên…..   (5) sao cũng được   (6) đặt cọc

(7) tiện nghi   (8) bao gồm

_____

_____

_____

_____

_____

_____

_____

4. Bài tập đánh máy: Hãy viết một đoạn văn ngắn, giới thiệu về kinh nghiệm đi thuê nhà trọ ở Đài Bắc.（打字練習：請寫一則短文，介紹在臺北租房的經驗。）

Bài 2

Điện ảnh

電影

Ý kiến cá nhân 個人意見

1. Phim truyền hình là gì? Có những loại phim truyền hình nào? Hãy trình bày.

2. Phim điện ảnh là gì? Hãy trình bày sự khác nhau giữa phim truyền hình và phim điện ảnh.

Hội thoại 會話   ▶MP3-2.1

Hạ Nhiên: Anh Minh ơi, em đến rồi đây nè.

Minh: Chà, sắp có bão *hay sao mà* em tới đúng giờ vậy. Anh tưởng hôm nay sẽ phải đợi em ít nhất 30 phút chứ. Sao tới đúng giờ vậy?

Hạ Nhiên: Buồn *quá thể*, chẳng có chút niềm tin nào vào em cả. Anh làm như em "giờ cao su" lắm vậy. Xem phim mà tới muộn 30 phút thì còn xem chi nữa.

Minh: Em toàn tới muộn, anh quen rồi. Nay em tới sớm làm anh *không ngờ* luôn đó, haha.

Hạ Nhiên: Cứ chọc em hoài như vầy, em giận nha.

Minh: Anh chọc ghẹo xíu, cho vui thôi mà. Lạnh không em? Anh mua cacao nóng cho em uống nha?

Hạ Nhiên: Lạnh xíu thôi à. Anh bảo họ cho ít đường vào cacao thôi nhé. Em đang thực hiện kế hoạch giảm cân đấy.

Minh: Ôi cha, em giảm cân làm chi, mập mập tròn tròn dễ thương mà. Anh bảo đẹp là được rồi, người khác nói sao không quan trọng.

Hạ Nhiên: Có thật không vậy? Miệng nói vầy nhưng chẳng phải vầy.

Minh: Nay là cuối tuần, tuy không có bom tấn nhưng có *mấy* phim này đều hay lắm. Anh có tìm hiểu một lượt rồi: thể loại phim lãng mạn có 3 phim, thể loại hành động có 2 phim, còn giả tưởng có 2 phim. Cho em chọn đó.

Hạ Nhiên: Bây giờ là 5 giờ rưỡi. Suất chiếu gần nhất là phim gì, mấy giờ hả anh?

Minh: Phim tâm lý tình cảm, 6 giờ nha. 6 giờ rưỡi thì có phim hành động của Mỹ. Khỏi phải nói thì anh cũng biết em chọn 6 giờ rưỡi rồi. Con gái gì mà toàn thích coi phim đánh nhau không à.

Hạ Nhiên: Xem phim hành động mới đã, hihi.

1. Hãy dựa theo nội dung của bài hội thoại, trả lời các câu hỏi sau đây. (請閱讀會話內容，並回答下列問題。)

  1) Hạ Nhiên và Minh gặp nhau để làm gì?

  2) Hôm nay Hạ Nhiên đến đúng giờ hay đến trễ?

  3) Lí do mà Minh tỏ ra ngạc nhiên?

  4) Minh sẽ làm gì để Hạ Nhiên đỡ lạnh?

  5) Minh thích Hạ Nhiên vì bạn ấy béo tròn, phải không?

  6) Cả Minh và Hạ Nhiên đều rất thích chọc đùa nhau, phải không?

7) Cụm từ "giờ cao su" có nghĩa là gì?

8) Hôm đó, những bộ phim nào mà Minh cho là hay?

9) Hạ Nhiên là con gái nhưng thích đánh nhau, phải không?

10) Cuối cùng họ xem phim gì? Tại sao?

2. Hãy chọn Đúng (Đ) hay Sai (S) hay Không (K) theo nội dung của bài hội thoại. (請根據會話內容，勾選「是」（**Đúng**）或「非」（**Sai**）或「沒有提及」（**Không**）。）

	Đúng / Sai / Không
1) Vì có bão nên Hạ Nhiên mới tới đúng giờ.	◯ Đ ◯ S ◯ K
2) Hạ Nhiên buồn vì Minh cho rằng cô ấy thường không đến đúng giờ.	◯ Đ ◯ S ◯ K
3) Minh mua cacao nóng cho Nhiên uống, vì Minh muốn Nhiêm giảm được cân nặng.	◯ Đ ◯ S ◯ K
4) Do có mấy phim hay nên không cần xem bom tấn gì nữa.	◯ Đ ◯ S ◯ K
5) Hạ Nhiên mê xem phim hành động vì cô ấy thích đánh nhau.	◯ Đ ◯ S ◯ K
6) Họ không chọn xem phim tâm lý tình cảm vì thời gian không phù hợp.	◯ Đ ◯ S ◯ K

Từ mới 生詞 ▶MP3-2.2

bão	颱風	đánh nhau	打架
niềm tin	信心	tròn tròn	圓圓的
cao su	橡膠	bom tấn	巨作、大片（大賣的電影）
thực hiện	執行	lãng mạn	浪漫
giảm cân	減肥	thể loại	類型
kế hoạch	計畫	phim hành động	動作片
quan trọng	重要	phim giả tưởng	科幻片
một lượt	一輪	suất chiếu	場次
chọc ghẹo	開玩笑	bổ dưỡng	營養的

Ngữ pháp 文法

1. A hay sao mà B: cụm từ biểu thị ý phỏng đoán không rõ ràng về mối quan hệ hay sự việc giữa A và B (A là nguyên nhân, B là kết quả).（**A hay sao mà B**：A 為原因，B 為結果。用來表示不確定地推測 A 和 B 之間的關係。）

> A hay sao mà B

Ví dụ
· Chà, sắp có bão *hay sao mà* em tới đúng giờ vậy.

哇，颱風快到了還是怎麼樣，怎麼你會這麼準時到。

· Có chuyện gì *hay sao mà* trông cô giáo buồn thế.

發生什麼事情了嗎？老師怎麼看起來這麼難過？

2. quá thể: phụ từ, thường dùng sau tính từ hay động từ (với hàm ý tiêu cực) để biểu thị ý quá mức bình thường có thể.（**quá thể**：副詞，常放於形容詞或動詞後面，表示某事太過頭、太超過，通常帶有負面語氣。）

Ví dụ
· Buồn *quá thể*, chẳng có chút niềm tin nào vào em cả.

好難過喔，你對我一點信心都沒有。

· Cái quán ăn ấy mắc *quá thể*.

那間小吃店貴成那樣（太貴）。

3. không ngờ / nào ngờ / đâu ngờ / ngờ đâu / ai ngờ: cụm từ dùng để biểu thị ý sự việc hay hành động diễn ra ngoài dự tính.（**không ngờ / nào ngờ / đâu ngờ / ngờ đâu / ai ngờ**：用來表示出乎意料的事物或行為。相當於中文「想不到／沒想到／沒料到／不料／誰知道」。）

Ví dụ
· Nay em tới sớm làm anh *không ngờ* luôn đó.

沒想到你今天會提早來。

· Chuyện nhỏ, *nào ngờ* hậu quả lại lớn vậy.

小事情不料後果卻如此嚴重。

4. mấy: đặt trước danh từ dùng để chỉ một số lượng không rõ nhưng thường là không nhiều.（**mấy**：置於名詞之前，用於表示某個不詳的數量，但通常此數量不會太多。）

$$\boxed{\text{mấy} + 名詞}$$

Ví dụ
· Nay là cuối tuần, không có bom tấn nhưng *mấy* phim này đều hay lắm.

今天是週末，沒有大片，但是這幾部電影都很好看。

· Tôi đến tìm ông ấy *mấy* lần mà không gặp.

我來找他幾次，但都沒有遇到。

* **Động từ + mấy: dùng để chỉ một mức độ nào đó không xác định nhưng được cho là cũng đáng kể theo quan điểm của người nói.**（**Động từ + mấy**：用於表示就說話者而言，為某種無法確定但仍有相當重要性的程度。）

Ví dụ
· Tôi nói *mấy* mà nó chẳng hiểu.

我都說成這樣了，她還是不懂。

· Tôi có ăn *mấy* cũng không thể hết chỗ thức ăn này.

我再怎麼吃，也不可能吃完這裡全部的食物。

Luyện nói 口說練習

1. Hãy dùng "không ngờ / nào ngờ / đâu ngờ / ngờ đâu / ai ngờ" để hoàn thành câu. (請用「**không ngờ / nào ngờ / đâu ngờ / ngờ đâu / ai ngờ**」完成句子。)

VD. Nhà này khá xa trung tâm Sài Gòn, _____

→ Nhà này khá xa trung tâm Sài Gòn, *đâu ngờ* giá nhà đất lại rất cao.

1) Chúng tôi đang tìm bạn ở khắp nơi, _____

_____

2) Câu thành ngữ này khó thế, _____

_____

3) Nó trông giống con gái quá, _____

_____

4) Tưởng anh ta dễ tính, _____

_____

5) Tưởng bạn nói vui thôi chứ, _____

_____

6) Nó dặn là vô Sài Gòn lập nghiệp thì sẽ thường xuyên về thăm gia

đình, _____

7) Mọi việc đang diễn ra rất thuận lợi, _____

_____

8) Ai cũng nói tính tình cô ấy rất bình tĩnh và điềm đạm, _____

_____

Ngữ vựng 詞彙運用

1. Hãy dựa vào nội dung của bài hội thoại, tìm từ gần nghĩa nhất để thay thế vào các từ gạch chân.（依照對話的內容，尋找最相似的單字，來代替被畫線的詞彙。）

1) Anh Minh ơi, em đến rồi đây **nè**.

☐ A. này   ☐ C. đó

☐ B. đấy   ☐ D. vậy

2) **Buồn quá thể**, chẳng có xíu niềm tin nào vào em cả.

☐ A. Buồn ghê ấy   ☐ C. Buồn ghê gớm

☐ B. Buồn kinh ấy   ☐ D. cả A / B / C đúng

3) Nay em tới sớm làm anh **không ngờ** luôn đó.

☐ A. bất ngờ   ☐ C. nghi ngờ

☐ B. đáng ngờ   ☐ D. hồ nghi

4) Cứ chọc em **hoài** như vầy, em giận nha.

☐ A. còn   ☐ C. cứ

☐ B. mãi   ☐ D. vẫn

5) **Ôi cha**, em giảm cân làm chi, mập mập tròn tròn dễ thương mà.

☐ A. chà   ☐ C. trời

☐ B. ồ   ☐ D. cả A / B / C đúng

6) Có thiệt không vậy? Miệng nói **vầy** nhưng chẳng phải **vầy**.

☐ A. vậy…vậy   ☐ C. nè…nè

☐ B. này…này   ☐ D. đó…đó

Luyện nghe 聽力練習　　　　　　　　　　　　　　▶MP3-2.3

1. Hãy nghe đoạn hội thoại và lựa chọn đáp án đúng nhất.（請聆聽音
檔，並勾選最符合的答案。）

1)

☐ A. phim tình cảm

☐ B. phim hành động

☐ C. phim hoạt hình

☐ D. phim nào cũng được

2)

☐ A. vì hết vé

☐ B. vì vé quá mắc

☐ C. vì chưa có suất chiếu

☐ D. vì người đàn ông không muốn xem

3)

☐ A. quá trẻ con

☐ B. dạo này xem quá nhiều

☐ C. quá bạo lực

☐ D. đã bán hết vé

Luyện viết 寫作練習

1. Hãy dùng cụm từ "hay sao mà" để nối vế A với vế B sao cho phù hợp. (請用「**hay sao mà**」連結 **A** 列與 **B** 列最符合的答案。)

A	B
1) Trời tối hay sao mà	a) đầu tôi rất đau.
2) Trời mưa hay sao mà	b) ai cũng ghét.
3) Cô ấy giận người yêu hay sao mà	c) nhiều người chạy ra đường la hét.
4) Thời tiết thay đổi hay sao mà	d) không ai mua.
5) Mặt hàng này không tốt hay sao mà	e) ai cũng nói tốt về anh ấy.
6) Ai cũng thích anh ấy hay sao mà	f) họ tới trễ.
7) Tính tình mụ ta xấu xí hay sao mà	g) tâm trạng không vui.
8) Động đất hay sao mà	h) nó không thấy đường.

2. Hãy dùng "tính từ / động từ + quá thể" để điền từ vào chỗ trống. (請用「形容詞／動詞＋ **quá thể**」填空。)

đẹp	nóng	ngán	vui
tức giận	khắt khe	khó nghe	thất vọng

1) Ông chủ luôn _____ với nhân viên, làm ai cũng sợ.

2) Trời ơi, cô ấy _____ ấy, nhìn hoài mà không chán.

3) Tức quá à, sự phản bội của cô ấy làm tôi _____

4) Tôi chưa thấy nhà hàng nào mà có đồ ăn _____.

   Tôi sẽ không bao giờ quay lại đây lần nữa.

5) Đội bóng của Việt Nam vào trung kết rồi, _____ ấy.

6) Đền Angkor Wat rất đẹp nhưng khí hậu thì _____, đi du lịch về là người đen thui.

7) Người gì đâu mà đẹp nhưng ăn nói _____! Chả ai muốn yêu cô ta đâu.

8) Lời nói của anh ta làm tôi _____. Tôi sẽ không bao giờ tha thứ cho anh ta.

3. Hãy dùng "mấy + danh từ" để điền từ vào chỗ trống. （請用「mấy ＋名詞」填空。）

VD. Tôi đi siêu thị mua _____ lặt vặt.

→ Tôi đi siêu thị mua *mấy thứ* lặt vặt.

1) Tôi có _____ đang là sinh viên ở trường Đại học Chính Trị.

2) Trời ơi, đói quá à! Nhưng sao trên bàn ăn chỉ có _____ ngon thôi vậy.

3) Bây giờ là tháng 6 rồi, chỉ còn _____ nữa là chúng tôi sẽ đi Hà Nội.

4) Tôi đi du lịch Việt Nam _____ mà vẫn thích quay lại nơi đó.

5) Ba tôi vừa đi công tác _____ ở châu Âu về, ba mua rất nhiều quà cho chúng tôi.

6) Điện thoại của tôi hư rồi nhưng tôi không có nhiều tiền. Chị có biết ở đâu có bán _____ cũ không?

7) Bạn ấy nói _____ sau cùng nhanh quá, tôi không hiểu được.

8) Buồn ghê ấy! Gần trường học chỉ có _____ ngon. Tôi rất nhớ những món do mẹ tôi nấu.

4. Hãy dùng "động từ + mấy" để điền vào chỗ trống.（請用「動詞＋
mấy」填空。）

VD. Buồn thiệt! _____ cũng không đủ tiền tiêu hàng tháng.

→ Buồn thiệt! Làm mấy cũng không đủ tiền tiêu hàng tháng.

1) Ở đây đồ ăn rất ngon, _____ cũng không chán.

2) Sau quãng thời gian áp lực, _____ vẫn cảm thấy chưa
   đủ.

3) Tôi cảm thấy buồn khi _____ mà khách hàng vẫn không
   mua.

4) Công viên này rất rộng, _____ cũng không hết.

5) Nhà nó giàu lắm, _____ cũng không hết.

6) Nhà thờ Đức Bà Paris bị cháy nghiêm trọng nên có _____
   cũng khó có thể phục hồi lại như cũ.

7) Anh Nguyên làm ăn thua lỗ nặng nên dù có _____ cũng
   không thể trả hết nợ.

8) Bố mẹ và cô giáo tôi nói rằng dù có _____ cũng không
   hết kiến thức.

5. Hãy đặt câu với các từ cho sẵn:（請用下列詞語及文法造句。）

(1) A hay sao mà B;　　(2) tính từ + quá thể;　　(3) nào ngờ;

(4) đâu ngờ;　　(5) mấy + danh từ;　　(6) động từ + mấy;

(7) không phải nói　　(8) khỏi phải + động từ.

_____

_____

_____

_____

_____

_____

_____

_____

6. Bài tập đánh máy: Hãy viết một đoạn văn ngắn, giới thiệu về ngành điện ảnh của Đài Loan.（打字練習：請寫一則短文，介紹臺灣的電影業。）

Bài 3

Thị thực và thủ tục hải quan

簽證及報關

Ý kiến cá nhân 個人意見

1. *Bạn đã từng có kinh nghiệm đi xin thị thực nhập cảnh (visa) vào một quốc gia nào khác chưa? Nếu có, hãy chia sẻ kinh nghiệm của bạn cho cô giáo và bạn bè trong lớp.*

2. *Bạn đã từng đến Việt Nam chưa? Nếu đến rồi, hãy chia sẻ cùng cô giáo và bạn bè về các cách để xin visa sang Việt Nam.*

Hội thoại 會話 ▶MP3-3.1

Tại quầy làm thủ tục:

Phúc:	Chào Thành! Trông cậu *càng ngày càng* phong độ *ra* ấy ha! Visa của cậu đâu? Cho mình *xem thử* với.
Thành:	Visa của tớ đây. Mình chỉ xin loại visa nhập cảnh một lần thôi.
Phúc:	Cậu chỉ đi du lịch hơn 1 tuần thì xin thị thực như vậy cho rẻ.
Thành:	Ừ, đúng rồi. Quầy check-in ở đằng kia, chúng mình đến đó đi!
Nhân viên hàng không:	Vui lòng cho tôi xem vé và hộ chiếu của các anh, được chứ ạ?
Phúc:	Hộ chiếu và vé của chúng tôi đây.
NV hàng không:	Hành lý ký gửi của anh Phúc đã vượt quá số cân nặng cho phép là 3 kí lô. Anh có cần mua thêm phí cho số hàng hóa này không?

Phúc:	Phải làm sao đây chứ? Phí hành lý quá cân tại sân bay mắc quá à!
Thành:	Vậy thì để qua hành lý của mình đi, mình chỉ có chút ít đồ dùng cá nhân thôi.
NV hàng không:	Các anh có thể ra khu vực đóng gói hành lý để sắp xếp lại, sau đó quay trở về đây, rồi làm tiếp thủ tục check-in.
Phúc:	Xong rồi chị ơi! Giúp chúng tôi thực hiện thủ tục nhé.
NV hàng không:	Đây là thẻ lên máy bay. Vui lòng chú ý: cửa ra máy bay, giờ bay và số ghế.
Thành:	Vâng. Cảm ơn chị.
Trên máy bay	
Phúc:	Cậu tính đi du lịch những đâu đấy? Việt Nam *ngày càng* phát triển và thu hút du khách nước ngoài. Sau khi đi du lịch Việt Nam, *biết đâu chừng* bạn lại chọn Việt Nam là nơi để lập nghiệp.
Thành:	Tớ dự định ở Hà Nội 3 ngày, sau đó đi thăm Vịnh Hạ Long 2 ngày, rồi đi Sapa 2 ngày.
Phúc:	Mình *nghe nói* là Vịnh Hạ Long đã 2 lần được UNESCO công nhận là di sản thiên nhiên thế giới đấy.
Thành:	Nếu có dịp tới Việt Nam thì phải ghé thăm Vịnh Hạ Long đấy. Nếu bạn rảnh thì đi du lịch cùng tớ cho vui?
Phúc:	Tớ sang đến nơi là phải đi làm thủ tục nhập học, bận lắm. Hẹn bạn dịp khác vậy.

1. **Hãy dựa theo nội dung của bài hội thoại, trả lời các câu hỏi sau đây:**（請閱讀會話內容，並回答下列問題。）

1) Tại sao Thành chỉ xin visa nhập cảnh một lần?

2) Hành lý của ai bị quá cân?

3) Nhân viên hàng không dặn họ cần chú ý những điều gì khi lên máy bay?

4) Ở Việt Nam, Thành định đi du lịch những nơi đâu?

5) Nơi nào là di sản thiên nhiên thế giới?

6) Phúc có đi du lịch cùng với Thành không? Tại sao?

2. **Hãy chọn Đúng (Đ) hay Sai (S) hay Không (K) theo nội dung của bài hội thoại.**（請根據會話內容，勾選「是」（**Đúng**）或「非」（**Sai**）或「沒有提及」（**Không**）。）

	Đúng / Sai / Không
1) Visa nhập cảnh một lần là chỉ được phép đi du lịch Việt Nam 1 lần mà thôi.	○ Đ ○ S ○ K
2) Nhân viên hàng không yêu cầu thu phí hành lí quá cân của tất cả mọi hành khách.	○ Đ ○ S ○ K
3) Thành thường đi du lịch vòng quanh thế giới nên không cần mang theo nhiều hành lý làm gì.	○ Đ ○ S ○ K
4) Nhân viên hàng không yêu cầu hành khách sắp xếp hành lý ngay tại quầy check-in.	○ Đ ○ S ○ K
5) Thành dự định sẽ lập nghiệp tại Việt Nam.	○ Đ ○ S ○ K
6) Vì Phúc sắp phải làm thủ tục nhập học nên không sắp xếp được thời gian để đi du lịch cùng Thành.	○ Đ ○ S ○ K

Từ mới 生詞　▶MP3-3.2

nhập cảnh	入境	số hiệu máy bay	航班號
thị thực	簽證	lập nghiệp	創業
thẻ lên máy bay	登機證	thủ tục nhập học	入學手續
cửa ra máy bay	登機入口	tờ khai nhập cảnh	入境記錄表
phong độ	風度（翩翩）	đóng gói	打包（行李）
quầy check-in	辦理登機手續櫃台	phát triển	發展
hành lý ký gửi	托運行李	thu hút	吸引
vượt quá cân nặng	過重	du khách	遊客
đồ dùng cá nhân	個人用品	di sản thiên nhiên thế giới	世界自然遺產

Ngữ pháp 文法

1. Cấu trúc dùng để biểu thị sự tăng tiến về tính chất hay trạng thái của con người / sự vật theo dòng thời gian. (ngày càng… / … càng ngày càng… / càng… càng…：「越來越……」的語法。表達人事物的性質或狀態隨時間增進。)

> ngày càng ＋形容詞／動詞
> càng ngày càng ＋形容詞／動詞
> càng ＋形容詞／動詞＋ càng ＋形容詞／動詞
> ngày càng / càng ngày càng ＋形容詞＋ đi / ra

Chú ý: cấu trúc "**…càng ngày càng…**" mang ý nghĩa nhấn mạnh hơn so với dùng "**…ngày càng…**" và "**…càng…càng…**" (注意：「**…càng ngày càng…**」比「**…ngày càng…**」和「**…càng...càng…**」更具強調性。)

Ví dụ　　· Trình độ Tiếng Việt của các em *ngày càng* tiến bộ.
你們的越南語程度越來越進步了。

· Thực phẩm *càng ngày càng* mắc.
食物越來越貴。

2. Thử xem: dùng đề nghị hay khuyến khích ai đó làm một việc gì đó. (Thử xem：意即「試看看」。用於建議或鼓勵某人做某事。)

> 動詞＋ thử xem
> thử ＋動詞＋ xem

Ví dụ　　· Nếu anh không tin thì làm *thử xem*.
你如果不相信就做做看。

· Em *thử* đi thi *xem*, chắc chắn sẽ đạt được điểm cao.
你試著去考看看，一定可以獲得高分。

3. Nghe nói: thường đứng đầu câu hoặc trước một mệnh đề.（**Nghe nói**：相當於中文的「聽說」，通常放在句首或句子開頭。）

> Ví dụ
>
> ・*Nghe nói*, anh Văn sẽ kết hôn với chị Hoa.
>
> 聽說阿文哥會和小花姐結婚。
>
> ・*Nghe nói*, anh Phong đã mua được nhà ở trung tâm thủ đô.
>
> 聽說阿峰哥已經買到首都市中心的房子了。

4. biết đâu / biết đâu chừng: phụ từ, dùng biểu thị ý phỏng đoán một cách không chắc chắn, chưa dám khẳng định điều gì.（**biết đâu / biết đâu chừng**：副詞，口語用法，用於表示不確定地猜測或是不敢確定某件事。）

> Ví dụ
>
> ・Sao em không thử một lần xem phim kinh dị đi, *biết đâu chừng* sau này em sẽ hết sợ ma luôn.
>
> 你為什麼不試著看恐怖片一次呢？說不定你以後就不怕鬼了。
>
> ・Mà anh mua sát giờ vầy, *biết đâu* sẽ hết mất vé.
>
> 但你時間壓線才買，說不定票都賣完了。

Luyện nói 口說練習

1. Hãy dùng cụm từ " biết đâu / biết đâu chừng" để hoàn thành câu.
（請用「**biết đâu / biết đâu chừng**」完成句子。）

VD. Cứ ăn thử xem, _____

→ Cứ ăn thử xem, *biết đâu* lại thấy ngon.

1) Hôm nay trời mưa thế thôi, _____

_____

2) Nó nói là ghét tôi lắm, _____

_____

3) Đừng bao giờ cho rằng mình giỏi nhất trường, _____

_____

5) Hãy mạnh dạn trao đổi với cô giáo, _____

_____

6) Nó nói là sẽ không bao giờ nhìn mặt tôi nữa nhưng _____

_____

7) Cô ấy nói tiếng Việt và Trung đều rất trôi chảy, _____

_____

8) Nó giả bộ con nhà nghèo vậy thôi, _____

_____

Ngữ vựng 詞彙運用

1. Hãy lựa chọn đáp án đúng nhất.（請勾選最符合的答案。）

1) Visa hay còn gọi là:

☐ A. hồ sơ   ☐ C. nhập cảnh

☐ B. thị thực   ☐ D. xuất cảnh

2) Việt Nam ngày càng _____ khách du lịch nước ngoài.

☐ A. lôi kéo   ☐ C. thu hút

☐ B. thú vị   ☐ D. dẫn lực

3) Bay _____ sân bay Đào Viên _____ sân bay Nội Bài mất tầm 2 tiếng rưỡi.

☐ A. từ…cho   ☐ C. đây…đó

☐ B. từ…sang   ☐ D. này…kia

4) Tràng An là một khu du lịch có tầm cỡ quốc tế, _____ đẹp _____ có ý nghĩa lịch sử.

☐ A. vừa…vừa   ☐ C. cả…cũng

☐ B. càng…càng   ☐ D. cả…cả

5) Bạn _____ cần ghi số hiệu chuyến bay _____, là đủ rồi.

☐ A. từ…đến   ☐ C. thử…với

☐ B. mỗi…mọi   ☐ D. chỉ...thôi.

Luyện nghe 聽力練習　　　　　　　　　　　　　　　　　▶MP3-3.3

1. Hãy nghe đoạn hội thoại và lựa chọn đáp án đúng nhất.（請聆聽音檔，並勾選最符合的答案。）

1)

☐ A. người bán và khách hàng

☐ B. nhân viên hải quan và hành khách

☐ C. khách du lịch và người bán vé

☐ D. bác sĩ và bệnh nhân

2)

☐ A. con trai

☐ C. cháu trai

☐ B. con gái

☐ D. chồng

3)

☐ A. thăm bạn thân

☐ C. thăm quan khắp nơi

☐ B. thăm người thân

☐ D. thăm lại trường học cũ

Luyện viết 寫作練習

1. Hãy dùng cấu trúc "động từ + thử xem" để hoàn thành các câu sau:（請用文法「動詞＋ **thử xem**」完成下列句子。）

1) Trà sữa trân châu Đài Loan ngon lắm, em _____

2) Việt Nam có nhiều nơi đẹp, ba mẹ _____

3) Anh ăn thử bánh mì bò kho Việt Nam chưa? Nếu chưa thì _____

4) Áo dài Việt Nam rất đẹp, các bạn nữ _____

2. Hãy dùng cấu trúc "chủ ngữ + càng + động / tính từ / cụm từ + càng" và các từ gợi ý bên dưới để viết thành câu hoàn chỉnh.（請用文法「主詞＋ **càng** ＋動詞／形容詞＋ **càng**」及下列詞語造句。）

Mẫu: đi nhiều / biết nhiều

→ Anh ấy *càng* đi nhiều thì *càng* biết nhiều.

1) ngủ / mệt

_____

_____

2) chuẩn bị sớm / mang lại hiệu quả cao

_____

_____

3) đi về phía Nam Đài Loan / khám phá ra nhiều điều hay

_____

_____

_____

4) học tiếng Việt / yêu văn hóa và con người Việt Nam

_____

_____

_____

3. Hãy dùng "nghe nói" để viết lại các câu sau:（請用「**nghe nói**」改寫下列句子。）

VD. Ngày mai có bão.

→ *Nghe nói*, ngày mai có bão.

1) Sapa có tuyết rơi.

_____

2) Ca sĩ nổi tiếng người Việt Nam sang Đài Bắc biểu diễn.

_____

3) Thủ tục xin visa đi Đài Loan hơi phức tạp.

_____

4) Có khoảng hơn 50 ngàn người Đài Loan đang sinh sống, học tập và làm việc ở Việt Nam.

_____

4. **Hãy đặt câu với các từ cho sẵn sau đây:**（請用下列詞語及文法造句。）

   (1) ngày càng + động từ,   (2) càng ngày càng + tính từ,

   (3) càng ngày càng…đi,   (4) thử…xem,

   (5) nghe nói,   (6) biết đâu chừng,

   (7) tầm cỡ

   _____

   _____

   _____

   _____

   _____

   _____

5. **Bài tập đánh máy: Hãy viết một đoạn văn ngắn nói về kinh nghiệm của bản thân khi đi xin thị thực vào một quốc gia nào đó.**（打字練習：請寫一則短文，分享申請某國境簽證的經驗。）

Bài 4

Quần áo và
thời trang
——
服裝與時尚

Ý kiến cá nhân 個人意見

1. *Bạn có thường đi mua sắm không? Hãy chia sẻ với cô giáo và các bạn về những kinh nghiệm của bản thân khi chọn quần áo thời trang.*

2. *Theo bạn, có thể đánh giá nhân phẩm của ai đó qua trang phục mà họ mặc hay không? Hãy giải thích.*

3. *Bạn biết gì về áo dài Việt Nam? Hãy so sánh trang phục dân tộc của Việt Nam với Đài Loan và một vài nước khác trên thế giới mà bạn biết.*

Hội thoại 會話   ▶MP3-4.1

Ở một cửa tiệm bán quần áo:

Chủ cửa hàng:	Mời vào! Chị có thể giúp được gì cho em?
Thu Minh:	Em nghe một người bạn học của em nói là cửa tiệm này đang có chương trình khuyến mãi 35 phần trăm cho tất cả các mặt hàng, hả chị?
Chủ cửa hàng:	Chương trình đó đã kết thúc hôm qua rồi, em à.
Thu Minh:	Ôi tiếc thế! Đợt vừa rồi em hơi bận nên không để ý tới.

Chủ cửa hàng:	Không sao. Em cứ ngắm nghía và chọn đi, chị sẽ cân nhắc tặng em một món quà, được chứ?
Thu Minh:	Tuần tới em tổ chức tiệc sinh nhật nên muốn mua một chiếc váy thật là đẹp và thời trang.
Chủ cửa hàng:	Đúng rồi. *Mỗi* năm chỉ có *một* ngày sinh nhật thôi, nên đầu tư một chút.
Thu Minh:	Ở đây có cái nào đẹp không? Chị tư vấn cho em nhé.
Chủ cửa hàng:	Em thường diện đồ theo phong cách nào?
Thu Minh:	Em thích kiểu nhẹ nhàng và nữ tính ạ.
Chủ cửa hàng:	Giới trẻ bây giờ đang thịnh thời trang Hàn Quốc lắm. Hay là em thử chiếc váy màu kem kia xem? Mặc chiếc đó *thế nào* bạn bè *cũng* khen.
Thu Minh:	Chiếc đó đẹp đấy. Em thử được chứ?
Chủ cửa hàng:	Tất nhiên rồi! Cửa hàng còn có bán đủ loại: mắt kính, túi xách, mũ và giày dép nữa đấy. Em thích cái nào thì thử cái đấy.
Thu Minh:	Chị thấy em mặc chiếc váy này, trông thế nào?
Chủ cửa hàng:	Chà! Em mặc chiếc váy này, đẹp *ơi là* đẹp! Trông em cứ như người mẫu ấy.
Thu Minh:	Chị quá khen rồi. Cái váy này giá bao nhiêu ạ?
Chủ cửa hàng:	850 ngàn. Nếu em mua chiếc váy này, cửa hàng sẽ tặng em một cái khăn quàng cổ.
Thu Minh:	500 ngàn được không ạ?
Chủ cửa hàng:	Chị không lời mấy đâu. Vả lại, gần đến ngày lễ Giáng sinh, *thành thử* cái gì cũng tăng giá. Em trả hơn, chị bán.
Thu Minh:	Thế 600 ngàn, được không ạ?

Chủ cửa hàng:	Thôi được rồi, bán mở hàng cho em, lấy may vậy. Em chọn khăn đi, em thích màu nào?
Thu Minh:	Em nghĩ là khăn màu tím sẽ hợp với chiếc váy màu kem.
Chủ cửa hàng:	Em có gu thẩm mỹ tốt đó.
Thu Minh:	Cảm ơn chị.
Chủ cửa hàng:	Chúc em sinh nhật vui vẻ nhé. Hẹn gặp lại!

1. Hãy dựa theo nội dung của bài hội thoại, trả lời các câu hỏi sau đây: (請閱讀會話內容，並回答下列問題。)

1) Ai nói với Thu Minh là cửa hàng đó đang có chương trình giảm giá?

2) Chương trình khuyến mãi đó đã kết thúc chưa?

3) Minh mua váy để làm gì?

4) Phong cách thời trang mà Minh ưa thích là gì?

5) Chiếc váy màu kem mà Minh thử là kiểu thời trang gì?

6) Cửa hàng này còn có bán những gì?

7) Người bán hàng nói gì khi Minh mặc chiếc váy màu kem?

8) Cửa hàng tặng gì nếu Minh mua chiếc váy màu kem?

9) Minh phải trả bao nhiêu tiền để mua được chiếc váy đó?

2. Hãy chọn Đúng (Đ) hay Sai (S) hay Không (K) theo nội dung của bài hội thoại.（請根據會話內容，勾選「是」（**Đúng**）或「非」（**Sai**）或「沒有提及」（**Không**）。）

	Đúng / Sai / Không
1) Vì biết cửa hàng có chương trình giảm giá nên Minh mới đi mua quần áo.	◯ Đ ◯ S ◯ K
2) Ngắm nghía quần áo thời trang là sở thích của Thu Minh.	◯ Đ ◯ S ◯ K
3) Minh là người yêu thích phong cách thời trang nhẹ nhàng và nữ tính.	◯ Đ ◯ S ◯ K
4) Chủ cửa hàng lúc nào cũng thích người khác khen mình đẹp.	◯ Đ ◯ S ◯ K
5) Vì Thu Minh là người mẫu nên mặc quần áo gì cũng đẹp.	◯ Đ ◯ S ◯ K
6) Vì gần đến ngày lễ Giáng sinh nên quần áo tăng giá.	◯ Đ ◯ S ◯ K
7) Thu Minh không có lợi nếu mua quần áo vào dịp lễ Giáng sinh.	◯ Đ ◯ S ◯ K
8) Minh chọn khăn quàng cổ màu tím vì nó trông hợp với chiếc váy màu kem.	◯ Đ ◯ S ◯ K

Từ mới 生詞　　　　　　　　　　　　　　　▶MP3-4.2

giới trẻ	（泛指）年輕人、年輕世代	lời / lãi lời	利潤
thịnh / thịnh hành	夯、流行	mốt mới	新流行
kiểu	類型、樣式	bán mở hàng	指業者將商品賣給每日第一位消費者的行為（動詞）
chê	嫌棄	lấy may	獲得好運
người mẫu	模特兒	quá khen	過獎
nữ tính	女性的、女性化的	thẩm mỹ	審美（觀）
nhẹ nhàng	輕盈、輕便	kết thúc	結束
phong cách	風格	để ý	注意
khăn quàng cổ	圍巾、披巾	diện / diện đồ	打扮、穿衣打扮

Ngữ pháp 文法

1. **Cấu trúc: "mỗi...một" dùng để biểu thị sự tương ứng và đồng đều giữa các vế, các thành phần và cá nhân.**（mỗi＋名詞＋một＋名詞，意思為「每（一個）＋名詞＋一個＋名詞」，用來表達子句、成分、個人間的相對應性和一致性。）

> mỗi ＋名詞＋ một ＋名詞

Ví dụ
- *Mỗi* ngày *một* niềm vui.

  一天一個快樂。

- *Mỗi* đất nước *một* nền văn hóa phong phú và đa dạng.

  每個國家有每個豐富和多樣化的文化背景。

2. **ơi là (khẩu ngữ): dùng để nhấn mạnh cảm xúc của người nói.**（「形容詞＋ ơi là ＋形容詞」用於來強調說話者的感受。）

> 形容詞＋ ơi là ＋形容詞

Ví dụ
- Đảo Phú Quốc đẹp *ơi là* đẹp!

  富國島真是漂亮啊！

- Mẹ nấu món Phở Hà Nội ngon *ơi là* ngon!

  媽媽煮的河內河粉真是好吃！

3. '**thế nào cũng**" và "**thế nào... cũng**" (khẩu ngữ): dùng để biểu thị một hành động hay sự việc chắc chắn sẽ xảy ra. (「**thế nào cũng**；**thế nào...cũng**」用於口語，表示某行動或事件一定會發生。)

> 主詞＋ **thế nào cũng** ＋動詞／形容詞
> **thế nào** ＋主詞＋ **cũng** ＋動詞／形容詞

> Ví dụ
>
> ・Cô ta *thế nào cũng* đến dự đám cưới.
>
> 她肯定（一定）會來參加婚禮。
>
> ・*Thế nào* em ấy *cũng* đạt được trình độ B, kì thi năng lực tiếng Việt.
>
> 她一定會考到越南語檢定 B 級程度。

4. thành thử (khẩu ngữ): biểu thị điều sắp nêu ra là kết quả tự nhiên của điều vừa mới nhắc tới, có nghĩa gần giống với: "cho nên, thành ra, vì vậy". (「**thành thử**」意即「所以」，用於口語，表示即將提出的事情是前面所提及之事的自然結果。與「**cho nên**」（所以）、「**thành ra**」（所以）、「**vì vậy**」（因此）意思相近。)

> Ví dụ
>
> ・Bão to, *thành thử* chuyến bay bị hoãn.
>
> 因為颱風很大，所以航班被延誤。
>
> ・Bị bệnh, *thành thử* chẳng muốn ăn gì.
>
> 因為生病，所以什麼都不想吃。

Luyện nói 口說練習

1. Hãy dùng cấu trúc: "tính từ + ơi là + tính từ" để luyện nói theo các tình huống sau:（請用文法「形容詞＋ **ơi là** ＋形容詞」針對下列情境進行口說練習。）

VD. Hoàng hôn bên bờ biển thật thơ mộng.

→ Hoàng hôn bên bờ biển thơ mộng *ơi là* thơ mộng!

1) Trời lạnh quá!

_____

2) Siêu thị có nhiều đồ rẻ.

_____

3) Ca sĩ Hồ Ngọc Hà hát hay.

_____

4) Cô ấy trang điểm đẹp.

_____

5) Phong cảnh Nha Trang tuyệt vời.

_____

6) Món ăn Huế rất cay.

_____

Ngữ vựng 詞彙運用

1. **Hãy dựa vào nội dung của đoạn hội thoại, lựa chọn đáp án đúng nhất.** （請根據會話內容，勾選最符合的答案。）

　　1) Cô gái thích mua cái _____

　　　　□ A. váy rẻ tiền

　　　　□ B. váy đẹp và thời trang

　　　　□ C. váy màu hồng

　　　　□ D. váy đắt tiền

　　2) Bây giờ, _____ đang thịnh thời trang Hàn Quốc.

　　　　□ A. tuổi trẻ

　　　　□ B. mọi người

　　　　□ C. giới trẻ

　　　　□ D. người ít tuổi

　　3) Cô gái nhìn cứ như là _____ ấy.

　　　　□ A. người mẫu

　　　　□ B. người đẹp

　　　　□ C. người trẻ

　　　　□ D. mẫu người

　　4) Gần đến ngày lễ, thành thử cái gì cũng _____

　　　　□ A. vừa phải

　　　　□ B. mắc

　　　　□ C. hợp lý

　　　　□ D. rẻ

2. Hãy chọn từ thích hợp để điền từ vào chỗ trống. (請用最適當的詞彙填空。)

may	thời trang	truyền thống
trang phục	yêu thích	kiểu dáng

Trang phục _____ không chỉ là quốc hồn của một đất nước mà còn là niềm tự hào của một dân tộc, nó thể hiện nguồn gốc văn hóa của mỗi quốc gia ấy. Áo dài là _____ truyền thống của phụ nữ Việt Nam. Mặc dù ngày càng có nhiều xu hướng _____ mới, song chiếc áo dài vẫn được ưu tiên sử dụng trong cả các dịp lễ hội lẫn đời sống hàng ngày. Ngày nay, chiếc áo dài Việt Nam được _____ cách tân với nhiều _____ khác nhau, vừa kín đáo lại vừa gợi cảm, và rất được bạn bè quốc tế _____.

Luyện nghe 聽力練習　　▶MP3-4.3

1. Hãy nghe đoạn hội thoại và lựa chọn đáp án đúng nhất.（請聆聽音檔，並勾選最符合的答案。）

1)

　□ A. M

　□ B. L

　□ C. XL

　□ D. XXL

2)

　□ A. để tặng bạn thân

　□ B. để được tặng thêm một cái áo

　□ C. để được khuyến mãi

　□ D. vì đó là kiểu mô đen nhất hiện nay

3)

　□ A. Người đàn ông đến mua chiếc áo thun nam.

　□ B. Người đàn ông sẽ được khuyến mãi 20%.

　□ C. Người đàn ông mua một cái áo size L và một cái size XL.

　□ D. Người đàn ông mua hai cái áo có màu khác nhau.

Luyện viết 寫作練習

1. **Hãy dùng "thành thử" để viết lại các câu sau đây:**（請用「**thành thử**」改寫下列句子。）

   VD.Tôi có lỡ lời nói vài câu không vui, cô ấy tức giận bỏ về.

   → Tôi có lỡ lời nói vài câu không vui, *thành thử* cô ấy tức giận bỏ về.

   1) Ngày Tết vé máy bay đắt nên sinh viên phải đi tàu hỏa về quê.

   _____

   2) Nhiều cửa tiệm giảm giá đến 70% là do quần áo bị lỗi mốt, lỗi size hoặc khó bán.

   _____

   3) Nhà cô ấy rất nghèo nên cô ấy phải làm rất nhiều việc để có tiền trang trải chi phí sinh hoạt.

   _____

   4) Triều cường dâng cao bất thường nên nhiều gia đình phải sống chung với việc ngập lụt.

   _____

2. Theo mẫu, hãy dùng cấu trúc "thế nào…cũng" để đặt câu.（請依照範例，用文法「**thế nào…cũng**」造句。）

VD. Khỏi bệnh → Yên tâm đi, *thế nào* chị *cũng* khỏi bệnh sớm.

1) da bị rám nắng

_____

2) thượng lộ bình an

_____

3) cả tuổi thơ vất vả

_____

4) đầu tư nước ngoài giúp tăng trưởng kinh tế Việt Nam

_____

3. Hãy dùng cấu trúc câu "mỗi…một" và các từ gợi ý bên dưới để viết thành câu hoàn chỉnh theo mẫu:（請依照範例，用文法「**mỗi…một**」及下方詞語完成句子。）

VD. giáo viên/cách dạy → *Mỗi* giáo viên *một* cách dạy.

1) sinh viên / trình độ

_____

2) thị trường / nhu cầu

_____

3) quốc gia / quốc phục

_____

4) ngân hàng / tài khoản

_____

4. Hãy đặt câu với các từ cho sẵn:（請用下列詞語及文法造句。）

(1) mỗi…một,　　　　(2) …ơi là…,　　　　(3) thế nào…cũng,

(4) thành thử,　　　　(5) thịnh hành,　　　(6) lãi lời,

(7) bán mở hàng,　　　(8) bán lấy may,　　　(9) cân nhắc,

(10) gu thẩm mỹ

_____

_____

_____

_____

_____

_____

_____

_____

_____

_____

5. Bài tập đánh máy: Hãy viết một đoạn văn ngắn, trình bày ý kiến cá nhân về quan điểm thời trang của bản thân mình.（打字練習：請寫一則短文，闡述您對時尚的看法。）

Bài 5

Ẩm thực

美食

Ý kiến cá nhân 個人意見

1. *Bạn đã từng thưởng thức những món ăn dân tộc nào của Việt Nam chưa? Nếu có, hãy kể tên những món đó.*

2. *Bạn thích ăn món Việt nào nhất? Bạn thấy khẩu vị của nó như thế nào?*

3. *Bạn có cho rằng đồ ăn Việt ít béo (mập) hơn đồ ăn của châu Âu hay không? Nếu có, hãy giải thích.*

4. *Người Việt Nam có quan niệm cho rằng bữa cơm gia đình là để mọi thành viên gắn kết với nhau hơn, giữ hoà khí trong gia đình. Bạn có suy nghĩ gì về quan điểm này?*

Hội thoại 會話   ▶MP3-5.1

Mẹ Nam:	Tối mai, bố con mời vài đồng nghiệp người Đài Loan tới nhà mình dùng cơm đấy. Con có ở nhà không vậy? Phụ mẹ một tay.
Nam:	May quá! Mai con lại được nghỉ học. Nếu không, một mình mẹ lo cơm nước, sẽ hơi vất vả ấy.
Mẹ Nam:	Bố muốn mẹ nấu một bữa cơm gia đình để thiết đãi khách cho ấm cúng, ưu tiên những món truyền thống của người Việt. Con biết người Đài thích ăn những món gì không?
Nam:	Theo con biết thì người Đài thích ăn phở bò, phở gà, bún bò Huế, bánh mì bò kho, nem rán, bánh xèo, cá kho tộ…Mẹ rành món *nào* thì nấu món *ấy*.

Mẹ Nam:	Mẹ người gốc Bắc nên chỉ thạo nấu các món hương vị Bắc bộ thôi. Mẹ tính làm món gỏi xoài và bánh tôm để khai vị. Các món ăn chính sẽ là: bún chả, thịt bò sốt vang, xôi gấc, nem rán, cá chép om dưa, canh chua.
Nam:	Con nghĩ, cần bổ sung thêm món salad trộn rau củ quả đi. Vườn nhà mình trồng đủ loại rau mà.
Mẹ Nam:	Ừ nhỉ, nhiều thịt mà ít rau là bố con không thích đâu. Mẹ sẽ chuẩn bị thêm món salad và dĩa rau muống xào tỏi vậy.
Nam:	Chuẩn *khỏi cần chỉnh*. Còn món tráng miệng nữa, mẹ định đãi họ món gì ạ?
Mẹ Nam:	Chè trôi nước hay chè bưởi? Ngày còn bé, con thích nhất là món chè trôi nước do mẹ nấu *còn gì*.
Nam:	Chè *nào cũng được* cả. Tất cả những món mẹ nấu đều ngon. Nhưng, mùa *nào* thức *ấy*, bây giờ đang mùa bưởi mà. Mẹ nấu chè bưởi đi.
Mẹ Nam:	Thế thì, mai con dậy sớm, cùng mẹ đi chợ và sửa soạn cơm nước nhé. Mẹ thấy con rất biết lựa chọn thực phẩm tươi ngon đấy, giao việc này cho con nhé?
Nam:	Vâng ạ. Mai con sẽ cố gắng thức dậy sớm. Con đang có một ý tưởng, rất thú vị.
Mẹ Nam:	Nói mẹ nghe thử xem nào?
Nam:	Con sẽ làm bánh mì nho, làm quà cho khách mang về. Tất cả đều là handmade, kể cả hộp trang trí bên ngoài.
Mẹ Nam:	Con mẹ giỏi vậy ta, đồng ý hai tay luôn! Mẹ nghĩ các vị khách sẽ rất thích món quà handmade này.
Nam:	*Khỏi phải nói*, vì con là con mẹ mà.

1. Hãy dựa theo nội dung của bài hội thoại, trả lời các câu hỏi sau đây:（請閱讀會話內容，並回答下列問題。）

1) Khách của gia đình Nam là ai?

2) Tại sao mẹ Nam lại nấu những món ăn truyền thống để đãi khách?

3) Mẹ Nam là người miền nào?

4) Món ăn khai vị là những món nào?

   Món ăn chính là những món nào?

5) Nam đề nghị mẹ nấu thêm món gì? Tại sao?

6) Món tráng miệng là món nào? Tại sao?

7) Tại sao Nam sẽ đảm nhiệm việc lựa chọn thực phẩm?

8) Nam làm bánh mỳ nho để làm gì?

9) Mẹ Nam có đồng ý với ý kiến của con gái mình không?

2. Hãy chọn Đúng (Đ) hay Sai (S) hay Không (K) theo nội dung của bài hội thoại.（請根據會話內容，勾選「是」（**Đúng**）或「非」（**Sai**）或「沒有提及」（**Không**）。）

	Đúng / Sai / Không
1) Nam chỉ cần dùng một tay để phụ mẹ việc cơm nước.	○ Đ ○ S ○ K
2) Nam cảm thấy may mắn vì mình có thể phụ mẹ việc cơm nước khi nhà có khách.	○ Đ ○ S ○ K
3) Bữa cơm thêm ấm cúng khi cả gia đình cùng nhau ăn những món ăn truyền thống.	○ Đ ○ S ○ K
4) Gia đình họ là người gốc Bắc định cư ở Sài Gòn nên thường ăn những món Nam vị Bắc bộ.	○ Đ ○ S ○ K
5) Hồi còn nhỏ, Nam rất thích món chè trôi nước mà mẹ Nam thường nấu.	○ Đ ○ S ○ K
6) Mẹ cho rằng, Nam rất biết sửa soạn cơm nước và thích làm bánh mỳ.	○ Đ ○ S ○ K

Từ mới 生詞 ▶MP3-5.2

món tráng miệng	飯後甜點	quả (trái) bưởi	柚子
món khai vị	開胃菜	chè bưởi	柚子摩摩喳喳
món chính	主菜	canh chua	酸湯
cơm nước	（泛指）飯菜	đảm nhiệm	擔任
thiết đãi	款待	thạo	熟練、精通
ấm cúng	（氣氛）溫暖	sửa soạn	準備
cá om dưa chua	酸菜紅燒魚	rau muống xào tỏi	蒜炒空心菜
ưu tiên	優先	ý tưởng	點子、想法
rành	熟悉、清楚、擅長	đề nghị	建議
lựa chọn	選擇	tươi	新鮮
bánh mỳ nho	葡萄乾麵包	bổ sung	補充
hộp trang trí	包裝盒	gỏi xoài	涼拌木瓜
bánh tôm	蝦餅	xôi gấc	木鱉果糯米飯
bún chả	炭烤豬肉米線	vườn	庭院
thịt bò sốt vang	酒燒牛肉	vất vả	辛苦

Ngữ pháp 文法

1. nào...ấy / nấy: cặp đại từ dùng để chỉ sự tương ứng có tính tất yếu về nghĩa với cái vừa được nói đến trước đó.（nào...ấy / nấy：為合成代詞，用於指出與之前所提到的事情具有必然相應性。）

> Ví dụ ▶
>
> · Em thuận tay *nào* thì làm tay *ấy*.
>
> 你是什麼撇子，就用那隻手。
>
> · Mẹ *nào* con *nấy*.
>
> 有其母必有其子。

2. nào cũng được (khẩu ngữ): Cấu trúc dùng để biểu thị sự chấp nhận hoàn toàn của người nói, gần nghĩa với từ "nào chẳng được".（名詞＋**nào cũng được**：口語用法，用於表示說話者完全接受，與 **nào chẳng được** 意思相近，意即「什麼……都好」、「什麼……都可以」。）

> 名詞＋ **nào cũng được**

> Ví dụ ▶
>
> · Anh thích đi những nơi nào? - Nơi *nào cũng được*.
>
> 你喜歡去哪些地方？　-哪裡都可以。
>
> · Anh chọn cái áo màu vàng hay màu xanh? - Màu *nào cũng được*.
>
> 你要選黃色的衣服還是藍（綠）色的衣服？　-哪個顏色都可以。

3. còn gì (khẩu ngữ): đặt ở cuối câu, biểu thị ý khẳng định điều vừa nói tới là sự thật, không thể chối bỏ.（còn gì：口語用法，放在句尾，用於表示及肯定前面所提及的事情為不可辯駁的事實。）

> Ví dụ ▶
>
> · Em nghe không hiểu. - Anh giải thích rõ ràng thế *còn gì*.
>
> 我聽不懂。　-我都已經解釋得這麼詳細了，不是嗎？
>
> · Mẹ ơi, con hết tiền sinh hoạt phí rồi. - Mẹ mới chuyển tiền cho con hôm qua *còn gì*.
>
> 媽媽，我沒生活費了。　-我不是昨天才剛匯錢給你過嗎？

4. khỏi phải nói: cụm từ biểu thị ý không phải nói thêm nữa vì đã rất rõ ràng rồi.（**khỏi phải nói**：用來表示不必再多說之意，因為已經非常清楚了，相當於中文的「更不用說、不用多說」。）

> Ví dụ
>
> · *Khỏi phải nói* mùa đông ở châu Âu lạnh thế nào.
>
> 更不用說歐洲的冬天有多冷。
>
> · *Khỏi phải nói*, vì con là con mẹ mà.
>
> 不用多說什麼，因為你就是媽媽的小孩啊。

* "**khỏi phải / khỏi cần + động từ**" dùng để nhấn mạnh ý phủ định sự cần thiết của một sự việc hay hành động nào đó. (**khỏi phải / khỏi cần** ＋動詞：用以加強否定某件事情或行動的必要性，相當於中文的「不必、不用」。)

khỏi phải / khỏi cần ＋動詞

> Ví dụ
>
> · Mưa to thế thì *khỏi cần* đi.
>
> 雨下這麼大就不必去了。
>
> · Thôi được rồi, anh *khỏi phải* giải thích nhiều.
>
> 夠了，你不用再多做解釋了。

1. Hãy dùng "khỏi phải / khỏi cần + động từ" để hoàn thành các mẫu hội thoại ngắn sau đây: （請用文法「**khỏi phải / khỏi cần** ＋動詞」完成下列對話。

VD. A: Ngày mai không biết tình hình có tốt hơn không nhỉ?

B: _____

→ A: Ngày mai không biết tình hình có tốt hơn không nhỉ?

B: Anh *khỏi phải* lo, mọi điều chắc chắn sẽ ổn hơn thôi.

1) A: Tràng An có đẹp không bạn?

B: _____

2) A: Mùa đông ở Mát-xcơ-va có lạnh không?

B: _____

3) A: Có thể cho tôi vài phút để giới thiệu về sản phẩm này không?

B: _____

4) A: Tôi có cần đến dự đám đầy tháng của con trai sếp không?

B: _____

5) A: Anh chờ em một xíu. Em trang điểm cái đã.

B: _____

6) A: Bài tập này khó quá, chẳng biết hỏi ai đây.

B: _____

7) A: Không có ai giúp đỡ tôi xách hộ cái vali lên lầu.

B: _____

8) A: Tìm hoài mà không thấy cái chìa khóa, không biết tôi để ở đâu nhỉ.

B: _____

Ngữ vựng 詞彙運用

1. Dựa theo nội dung của đoạn hội thoại, hãy lựa chọn đáp án đúng nhất. （請勾選最符合會話內容的答案。）

1) Món khai vị là gì?

☐ A. là món ăn giữa bữa ăn

☐ B. là món ăn sau món chính

☐ C. là món bánh tôm

☐ D. là món ăn trước món chính

2) Món nem rán, người miền Nam gọi là _____

☐ A. chả cuốn ☐ C. chả nem

☐ B. chả ram ☐ D. chả giò

3) Món ăn Việt Nam mà _____ nước mắm, chanh ớt và rau thơm là không ngon đâu.

☐ A. đủ ☐ C. thiếu

☐ B. thừa ☐ D. dư

4) Món ăn Việt Nam có hương vị vừa chua vừa cay, _____ với khẩu vị của nhiều người.

☐ A. đủ ☐ C. hợp

☐ B. thích ☐ D. gần

Luyện nghe 聽力練習 ▶MP3-5.3

1. Hãy nghe đoạn hội thoại và lựa chọn đáp án đúng nhất.（請聆聽音檔，並勾選最符合的答案。）

1)

☐ A. ăn mặc

☐ B. ăn học

☐ C. cơm nước

☐ D. cúng kiếng

2)

☐ A. vì những người khách yêu cầu

☐ B. vì người mẹ không biết nấu những món ăn miền Bắc

☐ C. vì người mẹ không biết nấu ăn

☐ D. vì người mẹ chưa biết phải nấu món gì

3)

☐ A. 5 món

☐ B. 6 món

☐ C. 7 món

☐ D. 8 món

Luyện viết 寫作練習

1. Hãy dùng cấu trúc câu "nào…nấy / ấy" và các từ gợi ý bên dưới để viết thành câu hoàn chỉnh theo mẫu:（請依照範例，用文法「nào… nấy / ấy」及下方詞語完成句子。）

VD. tiền / của

→ Tiền *nào* của *nấy*. Đồ giảm giá chưa chắc đã tốt.

1) thầy / trò

_____

_____

2) chồng / vợ

_____

_____

3) ghét / trời cho

_____

_____

4) làm nghề / ăn nghề

_____

_____

2. Theo mẫu, hãy viết câu trả lời cho các câu hỏi sau đây:（請依照範例，回答下列問句。）

VD. Có hai môn học tự chọn, bạn chọn môn nào?

→ Tôi thấy môn nào cũng được.

1) Nhà hàng này có rất nhiều món ăn ngon và rẻ. Em thích ăn món nào?

_____

2) Tôi đi phỏng vấn xin việc và được cả ba công ty gọi đi làm, không biết nên chọn công ty nào?

_____

3) Trong tuần hay cuối tuần, khi nào tiện để chúng mình hẹn hò đi café nhỉ?

_____

4) Nếu có hai chiếc váy, màu xanh da trời và màu hồng thì bạn sẽ chọn cái nào?

_____

3. Theo mẫu, hãy dùng "còn gì" và cụm từ cho sẵn trong dấu ngoặc đơn để viết lại câu:（請依照範例，用「**còn gì**」及括號內的詞組改寫下列句子。）

VD. Mẹ đừng lo cho anh trai nữa. (lớn và có gia đình)

→ Mẹ đừng lo cho anh trai nữa. Anh ấy đã lớn và có gia đình rồi _còn gì_.

1) sao lại buồn. (xe máy mới)

_____

2) Tại sao anh muốn nghỉ việc? (tặng thưởng 2 tháng lương Tết)

_____

3) ngày sinh nhật lần thứ 18. (1 chuyến du lịch)

_____

4) hồi còn ở quê. (sang hàng xóm chơi)

_____

4. Hãy đặt câu với các từ cho sẵn sau đây: （請用下列詞語及文法造句。）

(1) nào…ấy,   (2) nào…nấy,   (3) …nào cũng được,

(4) …còn gì,   (5) khỏi phải nói,   (6) khỏi phải…,

(7) thiết đãi,   (8) rành

_____

_____

_____

_____

_____

_____

_____

5. Bài tập đánh máy: Hãy viết một đoạn văn giới thiệu về ẩm thực truyền thống của người Đài Loan. （打字練習：請寫一則文章，介紹臺灣傳統美食。）

Bảng từ mở rộng 補充詞彙　▶MP3-5.4

Các món ăn Việt Nam 越南傳統料理

bánh chưng	方形粽子	bún ốc	田螺米線
bánh tét	圓形粽子	bún thang	肉絲湯粉
bánh dày	糍、糯子	cháo gà	雞肉粥
bánh canh	米苔目	giò lụa/ chả lụa	越式火腿
bún riêu	蟹湯米線	phở bò tái	生牛肉河粉
bún măng vịt	筍子鴨肉米線	mì vịt tiềm	燉鴨麵
bánh khoái	越南煎餅	chả cá	黃金炸魚膾
bánh cốm	糯米片糕（綠米糕）	mì Quảng	廣南麵
tôm nướng	烤蝦	rau luộc	燙青菜
thịt lợn xào chua ngọt	酸甜炒豬肉	nộm hoa chuối	涼拌香蕉花
bánh tôm	蝦餅	cơm hến	蜆飯
mì xào	炒麵	cá hấp xì dầu	蠔油清蒸魚
chè trôi nước	越式湯圓	mâm cơm	一桌菜
cua rang muối	鹽炒螃蟹	xôi gấc	木鱉果糯米飯
cà pháo muối	醃茄子	tôm hấp	蒸蝦
món mặn	葷食		

Bài 6

Hoạt động giải trí

休閒活動

Ý kiến cá nhân 個人意見

1. *Khi rảnh rỗi hay sau khoảng thời gian dài áp lực, bạn thường lựa chọn loại hình giải trí nào cho bản thân?*

2. *Ở Đài Bắc, có những loại hình giải trí nào? Hãy chia sẻ.*

3. *Hãy cho biết vai trò của hoạt động giải trí tới cuộc sống hàng ngày của con người.*

Hội thoại 會話   ▶MP3-6.1

Ngày nghỉ lễ, hai bạn thảo luận với nhau về các hoạt động giải trí.

Vân:	Ngày nghỉ, sao bạn không đi đâu đó chơi cho thư thái tinh thần hả?
Cường:	Không, *có* chơi gì *đâu. Có ai rủ gì đâu chứ.*
Vân:	Đấy là do cậu không tham gia, *chứ* mọi người đang chuẩn bị đi dã ngoại ở Hoa Liên rồi đó.
Cường:	Thứ bảy tuần trước, gia đình mình mới đi Hoa Liên, đi mãi một nơi cũng chán.
Vân:	Tuần sau, câu lạc bộ khiêu vũ tổ chức đi tham quan thác nước Thập Phần đấy, đẹp lắm. Bạn có muốn tham gia không?
Cường:	Mình tham gia câu lạc bộ không đồng đều, bây giờ đi cùng mọi người, có tiện không ha?

Vân:	Bạn ngại *ư*? Tuổi trẻ cần năng nổ hoạt động và giao lưu. Biết đâu sau chuyến đi, cậu sẽ có thêm nhiều bạn tốt.
Cường:	Thế bạn giúp mình đăng ký một suất nhé. Còn thứ bảy tuần này, bạn làm gì? Có phim chiếu rạp nào hay hay không ta?
Vân:	Có chứ. Ngày nghỉ thì rạp nào cũng chiếu nhiều phim hay lắm nhưng giá hơi mắc và rất đông người.
Cường:	Tớ không thích nơi đông người cho lắm. Nếu Huy không bận đi làm trợ giảng cho thầy Lâm thì bọn tớ đã cùng nhau chơi đấu cờ vua rồi.
Vân:	Cậu đã thắng Huy bao giờ chưa? Nó là cao thủ số một của khoa mình mà.
Cường:	Nói thật là chưa, haha. Huy mưu trí lắm, không thắng nổi bạn ấy đâu. Mà cậu có sách gì hay hay, cho tớ mượn đọc đi?
Vân:	Tớ có cả một núi sách. Bạn thích sách gì?
Cường:	Ngày nghỉ thì thích đọc cái gì đó vui vui thôi, *chứ* không học hành gì. Cho tớ mượn cuốn truyện cười.
Vân:	Cuốn truyện cười mới rất hay, cực vui và siêu hài hước. Sang ký túc xá mình lấy ngay nhé, *chứ* chút xíu nữa là mình bận rồi.
Cường:	Vẫn ở ký túc xá *ư*? Ngày nghỉ mà không về quê à?
Vân:	Tuần sau tớ mới về quê cơ.
Cường:	Bạn suốt ngày vùi đầu vào việc học lẫn công việc. Cậu để công việc sang một bên và đi chơi đi.
Vân:	Mình chăm chỉ học tập để có thêm kiến thức. Công việc làm thêm để có thu nhập, trả học phí. Mình vừa làm vừa chơi, rất vui và bổ ích.
Cường:	Haha, nghe triết lý quá!

1. **Dựa theo nội dung của bài hội thoại, hãy trả lời các câu hỏi sau đây.**（請閱讀會話內容，並回答下列問題。）

1) Cường đi Hoa Liên hồi nào? Với ai?

2) Tại sao Cường lại không đến rạp chiếu phim vào cuối tuần?

3) Huy là ai? Tại sao Huy lại bận?

4) Huy và Cường thường đấu trò chơi gì? Ai thắng?

5) Vân cho Cường mượn sách gì?

6) Tại sao vào ngày nghỉ mà Vân không về quê?

2. **Hãy chọn Đúng (Đ) hay Sai (S) hay Không (K) theo nội dung của bài hội thoại.**（請根據會話內容，勾選「是」（**Đúng**）或「非」（**Sai**）或「沒有提及」（**Không**）。）

	Đúng / Sai / Không
1) Cường không đi chơi vì Cường chán đi chơi rồi.	○ Đ ○ S ○ K
2) Tuần tới, câu lạc bộ khiêu vũ tổ chức đi tham quan thác nước Thập Phần.	○ Đ ○ S ○ K
3) Thứ bảy này, Cường đi xem phim rạp với mọi người.	○ Đ ○ S ○ K
4) Huy là con người mưu trí, thông minh, đẹp trai và tốt bụng.	○ Đ ○ S ○ K
5) Vân là người vui tính, siêu hài hước và rất thích nói chuyện vui.	○ Đ ○ S ○ K

Từ mới 生詞   ▶MP3-6.2

thư thái	放鬆	chán	無聊
tinh thần	精神	mưu trí	智謀、機智
hài hước	幽默、搞笑的	kêu ca	抱怨
thác nước	瀑布	triết lý	哲理、有哲理的
thư thái tinh thần	放鬆心情	trợ giảng	助教
động từ + nổi	「動詞＋nổi」表示能力足以做某事，中文意思為「～得了」	cờ vua	西洋棋
hoạt động	活動	cao thủ	高手
năng nổ	有幹勁的	vùi đầu vào	埋首於
giao lưu	交流	trả	（償）還
biết đâu	說不定	thuyết phục	說服
chuyến	趟	vui tính	幽默

Ngữ pháp 文法

1. chứ (khẩu ngữ): ngữ khí từ, dùng ở cuối câu để khẳng định lại sự việc, lời nói là điều tất yếu.（**chứ**（口語用法）：語氣詞，放在句尾用來再次確定事情、話語的確切性。放在肯定句中則可以翻譯成「當然」。）

Ví dụ ・Nghỉ hè, bạn có đi học yoga với tớ chứ? - Có *chứ*! Học yoga cho tinh thần nhẹ nhàng và thư thái.

暑假你會和我去學瑜珈吧？ -當然會啊！學瑜珈來讓心情舒暢和放鬆。

・Chị có biết là uống quá nhiều café có hại cho sức khỏe không? - Chị biết *chứ*.

你知道喝太多咖啡會有害健康嗎？ -我當然知道。

2. chứ : liên từ, biểu thị điều sắp nói tới có ý nghĩa phủ định và cũng nhằm để nhấn mạnh, bổ sung điều vừa mới đề cập tới.（**chứ**：連接詞，用來表示準備提及的事情具有否定意味，並強調、補充前面所提到的事情，相當於中文「而不……」。）

Ví dụ ・Con thích đọc sách. Con không thích xem phim.

我喜歡閱讀。我不喜歡看電影。

→ Con thích đọc sách, *chứ* không thích xem phim.

我喜歡閱讀，而不是看電影。

・Mọi người đang chuẩn bị đi Hoa Liên rồi. Cường không tham gia ấy.

大家在準備去花蓮了。小剛不去參加花蓮露營。

→ Cường không tham gia ấy, *chứ* mọi người đang chuẩn bị đi Hoa Liên rồi.

小剛不去，而大家都在準備去花蓮了。

3. có gì...đâu：Cấu trúc dùng trong khẩu ngữ, dùng để nhấn mạnh sự phủ định tuyệt đối.（có gì...đâu：口語用法，用來強調完全否定。）

$$\boxed{\textbf{có gì} + 形容詞／動詞 + \textbf{đâu}}$$

Ví dụ
・Việc này *có gì* khó *đâu* chứ!

這件事有什麼難的嗎！（不難）

・Các bạn có biết là tuần sau thi giữa kỳ không? - Không. Chúng tôi *có* biết *gì đâu*.

你們知道下禮拜考期中考嗎？　- 不，我們什麼都不知道啊。

4. ...ư: trợ từ nghi vấn dùng ở cuối câu.（...ư：疑問助詞，放在句尾。）

– Dùng để biểu thị ý nghi vấn và thấy làm lạ về một hiện tượng hay một sự vật gì đó.（用來表示懷疑或對某種現象或事物感到驚奇。）

Ví dụ
・Cô ấy là hoa khôi của trường đại học này đấy. - Thật vậy *ư*?

她是這間大學的校花喔。　- 真的喔？

・Đài vẫn báo có mưa mà. - Trời ơi, lâu thế *ư*?

天氣預報節目說還是會有降雨。　- 天啊，會下這麼久喔？

– Dùng để biểu thị thái độ nghi vấn và ngạc nhiên như là muốn hỏi lại chính mình.（表示近乎於自我懷疑的疑問和驚訝態度。）

Ví dụ
・Trời ơi, không tin tôi *ư*?

天啊，不相信我喔？

・Con về thăm bà ngoại đây, bà ngoại còn nhớ con không ạ? - Trời ơi, là Thành, cháu bà *ư*?

我回來探望妳了，妳還記得我是誰嗎？　- 天啊，是我的孫子阿成嗎？

– Dùng để biểu thị thái độ không hài lòng về điều gì đó.

（表示對於某件事不滿意。）

Ví dụ

· Thi cử gì mà như thế này *ư*?

考試考成這樣？

· Đi dự tiệc mà ăn mặc như vậy *ư*?

去參加宴會，（居然）穿成這樣？

Luyện nói 口說練習

1. Hãy dùng "...ư" để thể hiện cảm giác nghi ngờ, ngạc nhiên hoặc không hài lòng về một điều gì đó.（請用「...ư」表達對某事的懷疑、驚訝或不滿意。）

VD. Buổi biểu diễn sắp bắt đầu mà mọi người vẫn chưa chuẩn bị gì cả.

→ Trời ạ, sao bây giờ mọi người vẫn ngồi ở đây *ư*?

1) Đi gặp đối tác nhưng Minh lại mặc quần áo ngủ. Sếp nói:

_____

2) Tình cờ gặp Vân ở chợ, bạn của Vân nói:

_____

3) Đài Bắc vào những ngày mùa xuân nhưng trời vẫn rất lạnh. Khách du lịch nói:

_____

4) Minh và Hải là đôi bạn thân từ thuở bé. Minh đến chào tạm biệt Hải để ngày mai bay sang Anh Quốc du học. Hải nói:

_____

5) Hòa đã nhiều năm không về quê. Ngày gặp lại gia đình, mẹ Hòa nói:

_____

6) Bảo muốn vay tiền Vinh để làm ăn nhưng Vinh vẫn do dự, không muốn cho vay. Bảo nói:

_____

7) Huyền là người khiêm tốn. Chẳng ai tin là nhà cô ấy rất giàu. Một người nói:

_____

8) Một cậu bé mới chỉ 4 tuổi mà đã đọc được sách báo và tin tức. Một người nói:

_____

Ngữ vựng 詞彙運用

1. Theo bạn, những hoạt động nào bên dưới đây được gọi là hoạt động giải trí? Hãy đánh dấu ✓.（對您而言，下列哪些活動可被稱為休閒活動？請勾選。）

□ đi bơi	□ đi nhà hàng	□ xem ti vi	□ chơi bóng chày
□ uống rượu	□ đọc sách	□ xem phim	□ chơi bóng rổ
□ đi dã ngoại	□ hát karaoke	□ nghe nhạc	□ chơi cờ vua
□ chơi cầu lông	□ hút thuốc	□ đi thư viện	□ đọc sách báo

2. Dựa theo nội dung của đoạn hội thoại, hãy tìm từ gần nghĩa nhất với các từ gạch chân trong các câu sau đây:（請根據會話內容，勾選與畫線詞語意義最相近的詞彙。）

1) Vào ngày nghỉ, sao bạn không đi đâu đó chơi cho *thư thái* tinh thần hả?

   □ A. vui vẻ   □ C. thoải mái

   □ B. dễ gần   □ D. thân thiện

2) Thứ bảy tuần trước, gia đình mình mới đi Hoa Liên, đi *mãi* một nơi cũng chán.

   □ A. tiếp   □ C. cứ

   □ B. hoài   □ D. vẫn

3) Bạn ngại *ư*? Tuổi trẻ cần năng nổ hoạt động và giao lưu.

   □ A. không   □ C. hả

   □ B. chưa   □ D. đấy

4) Có phim chiếu rạp nào hay hay không *ta*?

   □ A. hả   □ C. đó

   □ B. vậy   □ D. cả A / B / C đúng

5) Cậu thắng Huy bao giờ chưa? Nó là cao thủ số 1 của khoa mình **_mà_**.

    ☐ A. cơ   ☐ C. chứ

    ☐ B. đấy   ☐ D. vậy

6) **_Mà_** cậu có sách gì hay hay, cho tớ mượn đọc đi?

    ☐ A. thế   ☐ C. cơ

    ☐ B. ấy   ☐ D. đó

7) Tớ có cả một **_núi_** sách. Bạn thích sách gì?

    ☐ A. đống   ☐ C. nhiều

    ☐ B. quyển   ☐ D. ít

8) Cuốn truyện cười mới rất hay, cực vui và siêu hài hước. Sang ký túc xá mình lấy **_ngay_** nhé, chứ chút xíu nữa là mình bận rồi.

    ☐ A. liền   ☐ C. nhanh

    ☐ B. luôn   ☐ D. cả A / B / C đúng

1. Hãy nghe đoạn hội thoại và lựa chọn đáp án đúng nhất. (請聆聽音檔，並勾選最符合的答案。)

1)

☐ A. những hoạt động giải trí ngoài giờ học

☐ B. những môn học thể dục

☐ C. áp lực của môn học bóng rổ

☐ D. những khóa học khiêu vũ ngoài trường

2)

☐ A. vì bạn nữ không thích khoa của mình

☐ B. vì bạn nữ thắc mắc về câu lạc bộ cờ vua

☐ C. vì bạn nữ cảm thấy quá áp lực

☐ D. vì bạn nữ có hứng thú với thể thao

3)

☐ A. khiêu vũ

☐ B. bóng rổ

☐ C. cầu lông

☐ D. cờ vua

Luyện viết 寫作練習

1. Theo mẫu, hãy viết câu trả lời với ngữ khí từ "chứ": （請依照範例，用語氣詞「**chứ**」回答下列問題。）

VD. Em có biết chúng mình là hàng xóm của nhau không?

→ Biết *chứ*! Ngày xưa, em hay sang nhà anh chơi mà.

1) Em có nhớ là ngày mai chúng ta có một cuộc họp quan trọng không?

_____

2) Anh đã quen với nhịp sống và khí hậu của Đài Bắc chưa?

_____

3) Hãy trân trọng những gì mà mình đã có.

_____

4) Bạn có rảnh không? Đi đánh cầu lông với mình đi.

_____

2. Theo mẫu, hãy dùng liên từ "chứ" để viết lại các câu sau: （請依照範例，用連接詞「**chứ**」改寫句子。）

VD. Người Đài Loan thích chơi bóng rổ. Còn người Việt Nam thích chơi bóng đá.

→ Người Đài Loan thích chơi bóng rổ, *chứ* người Việt Nam lại thích chơi bóng đá.

1) Sở thích của tôi là đi dạo. Tôi không thích đi leo núi.

_____

2) Chúng ta đi xem múa rối nước đi. Nếu đi xem chèo thì không hiểu đâu.

_____

3) Ngủ đủ 8 tiếng một ngày tốt cho sức khỏe, ngủ nhiều quá thì không tốt đâu.

_____

4) Đi du lịch tự túc thì rẻ, đi du lịch theo đoàn thì rất mắc.

_____

3. Hãy sử dụng cấu trúc: "có gì + tính từ + đâu" để mở rộng câu trả lời. （請用文法「**có gì** ＋形容詞＋ **đâu**」延伸句子。）

VD. Món này lạ quá!

→ *Có gì* lạ *đâu*! Ăn nhiều sẽ quen thôi mà.

1) Căn nhà này mới thật! Chủ nhà chắc có nhiều tiền lắm.

_____

2) Bài này khó quá! Tôi nghĩ mãi không ra hướng đi.

_____

3) Quyển sách này hay lắm! Tôi đọc đi đọc lại vài lần mà không chán.

_____

4) Thời tiết hôm nay thấy là lạ. Tôi cảm thấy chóng mặt.

_____

4. Theo mẫu, hãy dùng cấu trúc "có + động từ + gì đâu" để trả lời các câu hỏi sau đây: （請依照範例，用文法「**có** ＋動詞＋ **gì đâu**」回答問句。）

VD. Chị ấy không mời anh đi ăn sinh nhật à?

→ Không, *có* thấy mời *gì đâu*!

1) Em có thấy tin nhắn mà anh gửi cho em hồi sáng không?

_____

2) Bạn Phong đi du học nước ngoài về, có tặng bạn quà gì không?

_____

3) Anh không đi dự tiệc cưới của người yêu cũ à?

_____

4) Cậu không biết là siêu thị đang khuyến mãi à?

_____

5. Hãy đặt câu với các từ cho sẵn sau đây:（請用下列詞語及文法造句。）

(1) …. chứ	(2) A, chứ B	(3) có gì…đâu	(4) có…gì đâu
(5) …ư?	(6) thư thái	(7) năng nổ	(8) hài hước

_____

_____

_____

_____

_____

_____

_____

6. Bài tập đánh máy: Hãy viết một đoạn văn giới thiệu về các hoạt động giải trí mà bạn yêu thích nhất.（打字練習：請寫一則文章，介紹您最喜歡的休閒活動。）

Bài 7

Quan hệ
xã hội

社會關係

Ý kiến cá nhân 個人意見

1. *Theo bạn, thế nào là mối quan hệ xã hội? Có bao nhiêu loại hình quan hệ xã hội? Hãy giải thích.*

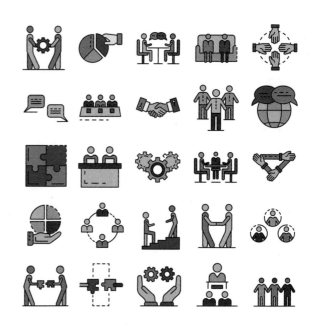

2. *Khi kết bạn với người Việt Nam, bạn có gặp trở ngại gì không? Bạn đánh giá như thế nào về họ?*

3. *Theo bạn, những mối quan hệ nào dưới đây được gọi là quan hệ xã hội? Hãy đánh dấu ✓*

☐ bạn thân	☐ người nghèo	☐ vợ/ chồng	☐ bạn xã giao
☐ họ hàng	☐ hàng xóm	☐ bạn rượu	☐ đối tác kinh doanh
☐ người giàu	☐ bạn trai/ gái	☐ đồng nghiệp	☐ người cùng sở thích

Hội thoại 會話 ▶MP3-7.1

Cuộc hội thoại giữa Phương và Hoàng, hai du học sinh Việt Nam tại Đài Bắc.

Phương: Hoàng ơi, bạn đi nhanh quá, chờ mình với. Hồi trưa, mình *ăn có 1 chén cơm à*, đi không nổi.

Hoàng: Mình phải ghé tiệm phô-tô Hải Hà lấy tài liệu ôn thi cho lớp. Cái tiệm ấy *chỉ* mở cửa tới 7 giờ tối thôi.

Phương: Cuối tuần này, Hoàng có rảnh không đấy?

Hoàng: Mình chỉ bận một chút việc vào sáng thứ 7 thôi, thời gian còn lại thì rảnh.

Phương:	Nếu rảnh thì giúp bạn mình tìm nhà trọ với. Việc này mình không rành lắm nên cần bạn giúp đỡ.
Hoàng:	Bạn ấy học ở trường nào? Là nam hay nữ?
Phương:	Bạn mình tên Sơn, con trai. Bạn ấy học ngành kinh tế tại trường Đại học Chính Trị đấy.
Hoàng:	Hai bạn có mối quan hệ thế nào?
Phương:	Mình và Sơn là đồng hương, người cùng làng nhưng *chỉ* từng gặp nhau được có vài lần.
Hoàng:	Vậy sao bạn ấy không đăng ký ở ký túc xá hả? Ở ký túc xá rẻ, *lại* rất an toàn và gần trường học.
Phương:	Sơn sang trễ quá, ký túc xá hết chỗ ở rồi.
Hoàng:	Vậy sao? Sơn muốn tìm phòng trọ thế nào?
Phương:	Bạn tìm giùm Sơn một phòng trọ gần trường, rẻ một chút. Nhà Sơn nghèo, khó khăn lắm.
Hoàng:	Thật ư? Nhà nghèo mà lại đi du học nước ngoài sao?
Phương:	Sơn không có đủ điều kiện để đi du học dạng tự túc, nên bạn ấy đã cố gắng giành được học bổng toàn phần của Chính phủ Đài Loan đấy.
Hoàng:	Sơn giỏi quá! Cậu ấy tính tình như thế nào? Muốn ở một mình hay ở ghép?
Phương:	Sơn hiền lành, đẹp trai và dễ chịu. Bạn ấy thích ở ghép cho vui và để tiết kiệm chi phí.
Hoàng:	Hay là Sơn ở cùng với tớ? Phòng tớ tuy đơn sơ nhưng cũng đủ cho cả hai người. *Hơn nữa*, chủ nhà thoải mái và rất tốt bụng. Sơn sang ở cùng tớ vừa an tâm lại vừa tiết kiệm được tiền thuê nhà.
Phương:	Bạn ấy chắc chắn sẽ rất vui khi biết tin này.

Hoàng: Sơn mới tới, chắc còn thiếu nhiều thứ nhỉ?

Phương: Mình có thừa ít đồ dùng cá nhân. Mình sẽ mang tới cho Sơn
         dùng.

Hoàng: Vậy ngày mai tớ tranh thủ thời gian, sắp xếp lại phòng, *kẻo* bạn
         ấy đến sẽ không có chỗ để học bài.

Phương: Cảm ơn bạn!

**1. Dựa theo nội dung của bài hội thoại, hãy trả lời các câu hỏi sau
   đây:** （請閱讀會話內容，並回答下列問題。）

   1)   Tại sao Phương lại cảm thấy mình không đi nổi?

   2)   Tại sao Hoàng lại phải đi nhanh?

   3)   Sơn là ai? Mối quan hệ giữa Phương và Sơn?

   4)   Tại sao Sơn lại không được ở ký túc xá?

   5)   Sơn sang Đài Loan du học dạng tự túc, phải không?

   6)   Lí do mà Hoàng đề xuất để Sơn sang ở cùng mình là gì?

2. Hãy chọn Đúng (Đ) hay Sai (S) hay Không (K) theo nội dung của bài hội thoại.（請根據會話內容，勾選「是」（**Đúng**）或「非」（**Sai**）或「沒有提及」（**Không**）。）

	Đúng / Sai / Không
1) Hoàng chỉ ăn có 1 chén cơm nên đi không nổi, không đủ sức để theo kịp Phương.	○ Đ ○ S ○ K
2) Cuối tuần này, Hoàng rảnh, trừ sáng thứ bảy.	○ Đ ○ S ○ K
3) Biết Hoàng là người có kinh nghiệm trong việc tìm phòng trọ, nên Phương nhờ Hoàng tìm giúp cho mình.	○ Đ ○ S ○ K
4) Vì nhà Sơn nghèo nên mới xin được học bổng toàn phần của Chính phủ Đài Loan.	○ Đ ○ S ○ K
5) Phòng trọ mà Hoàng đang thuê vừa rẻ vừa an toàn, chủ nhà lại dễ tính và tốt bụng.	○ Đ ○ S ○ K
6) Hoàng phải sắp xếp lại căn phòng vì nó quá lộn xộn, không có chỗ để Sơn học bài.	○ Đ ○ S ○ K

Từ mới 生詞　　　▶MP3-7.2

xóm	鄰里、村落	đăng ký	登記、申請
thôn	村	gia cảnh	家庭背景
đơn sơ	簡單、簡陋	tốt bụng	善良
đồ dùng cá nhân	個人用品	tiết kiệm	節省、節儉
làng	村子、鄉村	ở ghép	一起住、合租
học bổng	獎學金	giúp đỡ	幫助、幫忙
phô-tô	影印	mối quan hệ	（人際）關係
ghé	順便去	dễ chịu	脾氣好
tài liệu	資料、文件	khó khăn	困難、有困難的
ôn thi	複習考試	nghèo	窮
học bổng toàn phần	全額獎學金	du học dạng tự túc	自費留學

Ngữ pháp 文法

1. Động từ + có: biểu thị ý hành động đã kết thúc và để nhấn mạnh số lượng là ít theo ý kiến của người nói. （動詞＋ **có**：用來表示說話者主觀地強調數量少，且此動作已經結束，相當於中文的「只＋動詞＋數量＋受詞」。）

> **chỉ** ＋動詞＝動詞＋ **có / mỗi**

> Ví dụ
> · Thằng bé *chỉ* ăn 2 bát cơm. / Thằng bé ăn *có* 2 bát cơm. / Thằng bé ăn *mỗi* 2 bát cơm.
>
> 那個小男生只吃 2 碗飯。
>
> · Tôi *chỉ* làm 3 bài tập về nhà. / Tôi làm *có* 3 bài tập về nhà. / Tôi làm *mỗi* 3 bài tập về nhà.
>
> 我只做 3 份回家作業。

* Chú ý: cấu trúc "mới + động từ" cũng dùng để nhấn mạnh số lượng là ít theo ý kiến chủ quan của người nói nhưng còn sự tiếp tục sau đó. （注意：文法「mới ＋動詞」也用來表示說話者欲主觀地強調數量少，但動作之後仍進行。）

> Ví dụ
> · Nó *mới* ăn 3 bát cơm.
>
> 他才剛吃 3 碗飯。

2. A, lại B: cấu trúc dùng để nhấn mạnh B là trái ngược với A. （**A, lại B**：此文法用來強調 **B** 與 **A** 相反，相當於中文的「但、卻」。）

> A, (nhưng) lại B

> Ví dụ
> · Mẹ là người Việt Nam nhưng con *lại* có quốc tịch Đức.
>
> 媽媽是越南人，但小孩卻有德國國籍。
>
> · Ký túc xá rẻ, *lại* rất an toàn và gần trường học.
>
> 宿舍雖然便宜，卻非常安全，且離學校近。

3. hơn nữa: liên từ, dùng để biểu đạt ý bổ sung cho điều vừa mới đề cập tới.（**hơn nữa**：連接詞，用來補充說明剛才所提及的事項，相當於中文的「再者、而且」。）

> Ví dụ ・Tôi cảm thấy người không khỏe. *Hơn nữa*, do nhiều việc nên không muốn đi chơi.

我覺得身體不舒服。再者／而且，因為有很多工作，所以不想去玩。

・Phòng tớ tuy đơn sơ nhưng cũng đủ cho cả hai người. *Hơn nữa*, chủ nhà thoải mái và rất tốt bụng.

我的房間雖然簡陋，但也夠兩個人住。再者，房東人很好，也很善良。

4. kẻo (khẩu ngữ): liên từ, là cấu trúc phủ định ngắn ngọn của câu điều kiện - kết quả "nếu-thì".（**A kẻo B**（口語用法）：連接詞。為「條件－結果」子句「**nếu…thì…**」（如果…就會…）的否定簡短變化，意即「不然」。）

> Ví dụ ・Làm nhanh lên rồi về, *kẻo* trời sắp mưa rồi.

快點做完回家，不然天快下雨了。

・Em phải hoàn thành công việc sớm, *kẻo* sếp không vui.

你要早點完成工作，不然上司會不開心。

Luyện nói 口說練習

1. Luyện nói theo cặp, hãy thêm từ "kẻo" vào các câu sau đây. Chú ý nói đúng ngữ điệu. （兩人一組，將「**kẻo**」加入下列各句並進行口說練習。注意：要唸對語調。）

VD. Em chăm chỉ học bài đi! Nếu không chăm chỉ thì sẽ thi rớt đấy.

→ Em chăm chỉ học bài đi, kẻo sẽ thi rớt đấy.

1) Tuân thủ luật giao thông đi! Nếu không thì sẽ bị công an phạt tiền đấy.

_____

2) Bạn ăn ít bánh kẹo ngọt thôi! Nếu không thì sẽ mập lên đấy.

_____

3) Đi ngủ sớm đi! Nếu không thì mặt sẽ nổi đầy mụn đấy.

_____

4) Không vội được đâu! Vội vàng thì sẽ dễ làm sai đấy.

_____

5) Xoa kem chống nắng vào! Nếu không thì sẽ bị đen đấy.

_____

6) Quàng khăn vào! Nếu không thì sẽ bị ho đấy.

_____

Ngữ vựng 詞彙運用

1. **Dựa vào nội dung của đoạn hội thoại, hãy chọn từ gần nhất để thay thế vào các từ gạch chân trong các câu sau đây:**（請根據會話內容，勾選與畫線詞語意義相近的詞彙。）

1) ***Hồi trưa***, mình ăn có 1 chén cơm à, đi không nổi.

☐ A. lúc trưa   ☐ C. bữa trưa

☐ B. buổi trưa   ☐ D. cả A / B / C đúng

2) Hồi trưa, mình ***ăn có*** 1 chén cơm à, đi không nổi.

☐ A. ăn mỗi   ☐ C. A / B đúng

☐ B. chỉ ăn   ☐ D. A / B sai

3) Cuối tuần này, Hoàng có rảnh không ***đấy***?

☐ A. vậy   ☐ C. ha

☐ B. đó   ☐ D. cả A / B / C đúng

4) Bạn ấy học ngành kinh tế tại trường Đại học Chính Trị ***đấy***.

☐ A. đó   ☐ C. chứ

☐ B. vậy   ☐ D. mà

5) Bạn tìm ***giùm*** Sơn một phòng trọ gần trường, rẻ một chút.

☐ A. giúp   ☐ C. thấy

☐ B. thay   ☐ D. chọn

2. Hãy chọn từ thích hợp để điền từ vào chỗ trống trong các câu sau đây:（請將最符合的詞語填入下方空格。）

kẻo	thoải mái	gia cảnh
ổn định	đăng ký	đơn sơ

1) Các bạn nhớ _____ môn học trước ngày 30 tháng 8 nhé, nếu muộn hơn là phải học kỳ sau đấy.

2) Đã đến lúc cần phải _____ chỗ ở rồi, có an cư mới lập nghiệp mà.

3) Bạn Thủy có _____ khó khăn, chỉ người trong cuộc mới hiểu.

4) Đối với tôi, căn nhà nơi tôi lớn lên, tuy _____ nhưng là nơi tuyệt vời nhất trên thế giới này.

5) Mùa đông, nhớ giữ ấm nhé, _____ bị cảm lạnh đấy.

6) Tinh thần phải vui vẻ và_____ thì làm việc mới hăng say được.

Luyện nghe 聽力練習   ▶MP3-7.3

1. Hãy nghe đoạn hội thoại và lựa chọn đáp án đúng nhất.（請聆聽音檔，並勾選最符合的答案。）

1)

☐ A. Bạn ấy muốn ôn thi cuối kỳ.

☐ B. Bạn ấy muốn tiếp tục học tiếng Trung.

☐ C. Bạn ấy muốn đến Hàn Quốc du học.

☐ D. Bạn ấy muốn có bạn gái.

2)

☐ A. vì bạn ấy muốn đi du lịch Đài Loan

☐ B. vì bạn ấy không muốn về nhà

☐ C. vì bạn ấy muốn đạt được học bổng toàn phần của Chính phủ Đài Loan

☐ D. vì bạn ấy là người Đài Loan

3)

☐ A. Chính phủ Đài Loan cung cấp nhiều học bổng cho du học sinh nước ngoài.

☐ B. Vật giá của Đài Loan rẻ hơn ở Hàn Quốc và Nhật Bản.

☐ C. Bạn ấy muốn học cùng trường với bạn gái.

☐ D. Bạn gái của bạn ấy đã đến Đài Loan du lịch rồi.

Luyện viết 寫作練習

1. Hãy điền "chỉ / mới / có / mỗi" vào chỗ trống.（請將「**chỉ / mới / có / mỗi**」填入下方空格。）

1) Mẹ đừng lo! Con _____ ăn _____ 5 viên kẹo sô cô la thôi, không mập đâu.

2) Phòng rộng _____ 20 mét vuông mà có tới 4 sinh viên ở.

3) Cậu ấy _____ báo cáo được một nửa nội dung công việc, nửa còn lại sẽ báo cáo sau ít phút.

4) Sinh viên của tôi _____ học tiếng Việt chừng một năm rưỡi mà có thể giao tiếp khá lưu loát.

5) Thời gian cho phần thi viết là 90 phút mà nó hoàn thành _____ trong 60 phút.

6) Tôi dạy tiếng Việt và văn hóa Việt Nam tại trường Đại học Chính Trị _____ nửa năm thôi.

7) Thằng bé mệt nên _____ ăn được một chén cơm. Ba ngoại và ba mẹ rất lo lắng cho sức khỏe của em ấy.

8) Tôi _____ làm xong 2 bài tập thôi. Chờ mình hoàn thành rồi hẵng đi xem phim nha!

2. Hãy hoàn thành câu bằng cách dùng cấu trúc "A, lại B" để nhấn mạnh B là trái ngược với A. (Chú ý có thể bớt đi một vài từ sao cho phù hợp nhất)（請用文法「A, lại B」完成下列各句，B 與 A 意思相反。注意：可刪去部分字詞以更符合句意。）

1) ba mẹ xấu / con đẹp như tiên

   _____

2) mẹ dặn con học bài / con xem phim

   _____

3) con trai giống mẹ / con gái giống ba

   _____

4) Hà Nội thâm trầm và cổ kính / Sài Gòn phồn hoa và đô thị

   _____

5) miền Bắc đang là mùa đông / miền Nam là mùa khô, rất nóng bức

   _____

6) họ nhờ tìm giúp căn hộ cho thuê / chị tìm biệt thự

   _____

7) Ba mẹ mong con thi vào ngành kinh tế / con học ngành y khoa

   _____

8) nói đến bữa tiệc / hẹn hò với bạn gái

   _____

3. Hãy thêm từ "hơn nữa" vào các câu sau đây: （請將「**hơn nữa**」填入下方各句。）

VD. Cô giáo dễ tính và yêu sinh viên nên ai cũng quý.

→ Cô giáo dễ tính, *hơn nữa* lại yêu sinh viên nên ai cũng quý.

1) Quán café kia vừa ngon vừa rẻ, không gian thoáng đãng nên nhiều người thích đến đó để gặp gỡ hay học tập.

_____

2) Tôi chưa thể hoàn thành nhiệm vụ này vì khối lượng công việc nhiều, thời gian ít.

_____

3) Tôi dự định sau khi tốt nghiệp ngành Đông Nam Á học, tôi sẽ sang Việt Nam làm việc vì tôi nói được tiếng Việt. Việt Nam bây giờ có nhiều cơ hội cho người trẻ như tôi.

_____

4) Em ấy có trình độ chuyên môn cao, tính tình thật thà nên ai cũng tin tưởng.

_____

4. Hãy đặt câu với các từ cho sẵn:（請用下列詞語及文法造句。）

(1) động từ + có;　　(2) động từ + mỗi;　　(3) chỉ + động từ;

(4) mới + động từ;　　(5) A, lại B;　　　　(6) hơn nữa;

(7) kẻo;　　　　　　(8) tranh thủ

_____

_____

_____

_____

_____

_____

_____

5. Bài tập đánh máy: Hãy viết một đoạn văn ngắn nói về những mối quan hệ xã hội của bản thân.（打字練習：請寫一則短文，描述與自己相關的社會關係。）

Bài 8

Trách nhiệm

責任

Ý kiến cá nhân 個人意見

1. Theo bạn, thế nào là trách nhiệm của bản thân đối với gia đình? (cha mẹ đối với con cái, con đối với cha mẹ, anh chị em đối với nhau)

2. Để trở thành một công dân tốt và có ích, chúng ta cần phải có những trách nhiệm gì đối với xã hội và đất nước?

Hội thoại 會話   ▶MP3-8.1

Cuộc hội thoại giữa bà nội và cháu

Quốc Đạt:	Nội ơi, cháu về thăm nội đây. Nội có khỏe không ạ?
Bà nội:	Thằng cháu đích tôn lại về đấy à? Nội khỏe. Tuy chưa nhìn thấy rõ mặt mũi cháu đâu, nhưng nghe tiếng thôi là đã nhận ra Đạt của nội rồi.
Quốc Đạt:	Vâng. *Hễ* có thời gian rảnh *là* cháu lại muốn về thăm nội. *Có vẻ* mắt nội đã sáng hơn rồi.
Bà nội:	Bà uống thuốc bổ mà bố cháu gửi về đấy, thấy mắt sáng hẳn ra, mắt không bị nhức như hồi trước nữa.
Quốc Đạt:	Sau này đi làm, có tiền, cháu cũng muốn thật hiếu thảo với nội, mua thật nhiều thứ tốt cho nội tẩm bổ ạ.

Bà nội:	Bà có những ba đứa con, bảy đứa cháu. Chưa có ai mà hiếu thảo như thằng cháu Đạt cả.
Quốc Đạt:	Bà ơi, hôm nay cô giáo giảng bài về "tinh thần trách nhiệm" mà cháu chỉ hiểu sơ sơ thôi. *Có vẻ như* trách nhiệm ở đây là bao gồm cả bổn phận ạ?
Bà nội:	Đối với người Việt mình, chữ "trách nhiệm" là ở thể chủ động. Tức là, mỗi một người không những phải có trách nhiệm với công việc được giao mà còn phải có bổn phận, sứ mệnh đạo đức với gia đình và xã hội nữa đấy.
Quốc Đạt:	Giữa "trách nhiệm" và "bổn phận", cái nào quan trọng hơn?
Bà nội:	Khó mà so sánh được lắm! Con người ta sống là phải có công việc để tồn tại và phát triển bản thân, nhưng gia đình là nơi mà bất cứ ai cũng cần tới.
Quốc Đạt:	Cháu hiểu rồi. Cháu mừng vì trời đã cho nội *cái* sức khỏe, lại còn cho *cái* tinh thần minh mẫn nữa.
Bà nội:	Nội cũng gần 80 tuổi rồi, thỉnh thoảng cũng hay quên lắm. Hồi còn công tác trong ngành, nội của cháu dạy môn giáo dục công dân đấy.
Quốc Đạt:	Cháu ngưỡng mộ nội quá. Mà sao nội không chịu dọn ra thành phố ở với gia đình cháu? Ba mẹ cháu mong có cơ hội được chăm sóc nội thật chu đáo. Hàng ngày, cháu đều muốn được nhìn thấy và chuyện trò cùng nội cơ.
Bà nội:	Bây giờ nội hẵng còn khỏe, chưa tới mức cần người khác hầu hạ đâu. Thỉnh thoảng, nội còn trông các em cho chú thím của cháu nữa đấy.
Quốc Đạt:	Các em nhà chú Út cũng lớn rồi mà, nội không phải trông nom đâu. Nội lên ở với cháu, cuối tuần cháu và nội sẽ cùng về quê thăm mọi người, được không ạ?

Bà nội:	Nội quen với cuộc sống có "tình làng nghĩa xóm", giá trị tinh thần còn quan trọng hơn vật chất. Chuyển ra ngoài đó, nội không quen.
Quốc Đạt:	Vâng. Cháu hiểu rồi. Cháu sẽ thu xếp về thăm nội thường xuyên ạ.

1. Dựa theo nội dung của bài hội thoại, hãy trả lời các câu hỏi sau đây: (請閱讀會話內容，並回答下列問題。)

1) Quốc Đạt và bà nội ở cùng nhà hay khác nhà?

2) Đạt và bà nội thảo luận với nhau về chủ đề gì?

3) Theo bà nội, "trách nhiệm" có nghĩa là gì?

4) Có thể so sánh sự quan trọng của "trách nhiệm" và "bổn phận" được không? Tại sao?

5) Trước đây, bà nội của Đạt từng làm nghề gì?

6) Lí do mà bà nội không muốn chuyển ra ngoài thành phố ở với gia đình Quốc Đạt?

2. Hãy chọn Đúng (Đ) hay Sai (S) hay Không (K) theo nội dung của bài hội thoại.（請根據會話內容，勾選「是」（**Đúng**）或「非」（**Sai**）或「沒有提及」（**Không**）。）

	Đúng / Sai / Không
1) Bà nội có thể nhận ra cháu của mình qua giọng nói quen thuộc.	○ Đ ○ S ○ K
2) Nhờ có thuốc bổ tốt của Đạt gửi về mà mắt bà đã trở nên sáng hơn.	○ Đ ○ S ○ K
3) Cô giáo cho rằng "chúng ta cần phải có trách nhiệm với công việc được giao và bổn phận với gia đình và xã hội".	○ Đ ○ S ○ K
4) Mặc dù đã gần 80 tuổi nhưng bà nội của Đạt vẫn còn khỏe mạnh và minh mẫn.	○ Đ ○ S ○ K
5) Bà nội không chịu dọn ra ngoài ở, vì bà đã quen sống với chú Út của Đạt.	○ Đ ○ S ○ K

cháu đích tôn	長孫	sứ mệnh	使命
thuốc bổ	補藥、健康食品	đạo đức	道德
hiếu thảo	孝順	minh mẫn	清醒
tẩm bổ	進補、滋補	ngưỡng mộ	欣賞、仰慕
bổn phận	本分、義務	giáo dục công dân	公民教育
nhức	痠痛	hầu hạ	侍奉、奉養
tinh thần trách nhiệm	責任感	thím	大嬸
sơ sơ	大概、皮毛、粗略	trông nom	照料、照顧
tức là	也就是說	ngành	行業
minh mẫn	（腦袋）靈光	tình làng nghĩa xóm	敦親睦鄰（的情誼）

Ngữ pháp 文法

1. "hễ" (khẩu ngữ): liên từ, dùng để biểu thị mối quan hệ điều kiện - kết quả. Cấu trúc "hễ...thì / hễ...là..." dùng để nhấn mạnh nếu có sự việc / hiện tượng này thì tất yếu dẫn đến sự việc / hiện tượng kia. (**hễ**：連接詞，口語用法，用來表達「條件－結果」的關係。文法「**hễ...là / hễ...thì**」用來強調如果有這個事件或現象，則必定會導致另一個事件或現象發生，意即「一……就……」。)

> **Ví dụ** ・ *Hễ* có triều cường *là* ngập.
>
> 一有漲潮，就會淹水。
>
> ・ *Hễ* Tết đến *thì* tôi mua sắm quần áo mới.
>
> 一到過年，我就會買新衣服。

2. đây (khẩu ngữ): đứng ở cuối câu tường thuật dùng để nhấn mạnh sự hiện diện của người, tính chất hay sự việc nào đó. (**đây**：口語，放在句尾，用來詳細地強調人、性質、事件的出現，相當於中文的「就……」。)

> **Ví dụ** ・ Được biết em gặp chuyện không hay, tôi đến giúp em *đây*.
>
> 得知你遇到不好的事情，我就來幫你了。
>
> ・ Nghe nói giày của ngoại bị hỏng, con mua tặng ngoại đôi giày *đây*.
>
> 聽說外婆的鞋子壞掉，我就買一雙新的給妳了。

3. cái: tiền tố dùng để biến danh từ / tính từ / động từ trở thành cụm danh từ với một ý nghĩa khái quát. (**cái**：接頭詞，用來把名詞／形容詞／動詞轉換為概括性名詞片語。)

> **cái** ＋名詞／形容詞／動詞＝名詞片語

> **Ví dụ** ・ Con cái là động lực để tôi quên đi *cái* mệt mỏi của cuộc sống.
>
> 小孩是讓我忘記生活中疲勞的動力。

・*Cái* quan trọng là hai đứa thương nhau.

重要的是你們兩個人相愛。

4. có vẻ như / có lẽ : cụm từ dùng để biểu thị sự phỏng đoán một cách dè dặt. "có vẻ như" biểu thị sự phỏng đoán có phần chắc chắn hơn "có lẽ" (**có vẻ như / có lẽ**：用來表示謹慎地推斷，相當於中文的「似乎、也許」。「**có vẻ như**」的推斷比「**có lẽ**」更具有肯定性。)

> **có vẻ như / có lẽ** ＋子句

Ví dụ ▶ ・*Có vẻ như* anh ta hài lòng với công việc hiện tại thì phải.

他似乎很滿意現在的工作。

・Vì một số chuyện cá nhân, *có lẽ* cô ấy không tiếp tục tham gia dự án này nữa.

因為某些私事，也許她不會繼續參與這個計劃了。

Luyện nói 口說練習

1. Hãy luyện nói theo cặp, thêm cụm từ "có lẽ / có vẻ như" vào những câu sau. Hãy chú ý đến ngữ điệu. （請兩人一組，將詞組「**có lẽ / có vẻ như**」加入下方各句，並進行口說練習。請注意語氣。）

VD. Anh ta rất ga lăng. Nhà anh ta rất giàu.

→ Anh ta rất ga lăng. *Có vẻ như* nhà anh ta rất giàu.

1) Cuối tuần là sinh nhật bạn ấy, tôi nhớ không rõ lắm.

_____

2) Chúng tôi thường xuyên cãi nhau. Tôi không hiểu anh ấy lắm.

_____

3) Trông em rất vui. Em có điều gì mới đây chăng?

_____

4) Đã lâu rồi chúng tôi không gặp nhau. Em ấy không nhận ra tôi nữa.

_____

5) Cuộc sống bận rộn đã làm cô ấy già đi.

_____

6) Kiếm được bao nhiêu tiền, chị ấy đều gửi hết về quê. Chị ấy rất hiếu thảo với gia đình.

_____

Ngữ vựng 詞彙運用

1. Dựa theo nội dung của bài hội thoại, hãy chọn đáp án đúng nhất.
（請勾選最符合的答案。）

1) Cháu chỉ hiểu _____ về nghĩa của cụm từ "tinh thần trách nhiệm" thôi.

☐ A. đơn giản   ☐ C. sơ sài

☐ B. đơn sơ   ☐ D. giản dị

2) Mỗi một công dân phải có trách nhiệm, _____ và sứ mệnh đạo đức với gia đình và xã hội.

☐ A. vai diễn   ☐ C. gánh vác

☐ B. sức mạnh   ☐ D. nghĩa vụ

3) Bà ấy tuổi cao mà tinh thần còn _____ quá!

☐ A. sáng suốt   ☐ C. sáng láng

☐ B. minh mẫn   ☐ D. sáng rõ

2. Hãy chọn từ thích hợp để điền vào chỗ trống. （請將最符合的詞語填入下方空格。）

tinh thần	ngưỡng mộ	vai trò
trách nhiệm	lòng hiếu thảo	vật chất

1) Mẹ là người mà tôi _____ nhất trong suốt cuộc đời này.

2) _____ được xem là một phẩm chất đáng quý và đáng có của người làm con đối với cha mẹ.

3) Gia đình phải có _____ đối với tương lai của con cái. Nhà nước phải có _____ để đảm bảo sự công bằng trong xã hội cho tất cả mọi người dân.

4) Để có được một cuộc sống hạnh phúc, chúng ta phải biết kết hợp hài hòa giữa hai giá trị, là _____ và _____.

Luyện nghe 聽力練習   ▶MP3-8.3

1. Hãy nghe đoạn hội thoại và lựa chọn đáp án đúng nhất.（請聆聽音
檔，並勾選最符合的答案。）

1)

☐ A. dọn dẹp nhà cửa

☐ B. trang trí nhà cửa

☐ C. đi vứt rác

☐ D. học môn giáo dục công dân

2)

☐ A. vì bạn ấy không phụ mẹ dọn nhà

☐ B. vì bạn ấy vứt rác bừa bãi

☐ C. vì bạn ấy không phụ mẹ mang thùng giấy vào nhà

☐ D. vì bạn ấy không muốn dọn đến nhà mới

3)

☐ A. bổn phận của cha mẹ

☐ B. tinh thần trách nhiệm

☐ C. nghĩa vụ quân sự

☐ D. tình làng nghĩa xóm

Luyện viết 寫作練習

1. Hãy dùng liên từ "hễ" để viết lại các câu sau đây (có thể thêm bớt một số từ):（請用連接詞「**hễ**」改寫以下各句。可以增減一些詞彙。）

VD. Mỗi lần gặp tôi, cô ấy lại phàn nàn về cuộc sống của mình.

→ *Hễ* gặp tôi, cô ấy lại phàn nàn về cuộc sống của mình.

1) Tôi còn nhớ, mỗi khi đi công tác xa nhà, bố lại mua quà cho chúng tôi.

_____

2) Mỗi một kỳ thi tới, tôi lại phải uống cà phê để tỉnh táo học bài.

_____

3) Lúc nào cũng vậy, chỉ cần anh em chúng tôi có chút chuyện, bố mẹ lại lo lắng.

_____

4) Mỗi khi siêu thị có các hoạt động giảm giá, tôi lại đi mua thực phẩm.

_____

2. Dùng trợ từ "đây" và các từ gợi ý có sẵn để viết các mẫu đối thoại ngắn.（請用助詞「**đây**」及括號內的詞彙來完成每則簡短對話。）

VD.	– Con đã đi thăm bà ngoại chưa? – Dạ, con đi thăm bà ngoại đây.	(thăm)
1)		(mua thuốc)
2)		(nấu cơm)

3)		(học bài)
4)		(đi thư viện)

3. Hãy điền "sự, việc, cái, niềm" vào các câu sau:（請將「**sự, việc, cái, niềm**」填入下方各句。）

1) Đối với tuổi trẻ, _____ học hành là quan trọng nhất.

2) _____ xuất hiện của cô ấy làm mọi người rất ngạc nhiên.

3) Mọi người ghi nhận _____ cố gắng và nỗ lực của cô ấy.

4) Theo tôi, trong mọi thời đại, _____ nết luôn đánh chết _____ đẹp.

5) Mặc dù thi trượt vào Bộ Ngoại giao nhưng _____ hi vọng của cô ấy vẫn chưa bao giờ tắt.

6) Hồi còn trẻ, mẹ tôi rất vất vả lo _____ ăn _____ mặc cho cả gia đình. Tôi thương mẹ tôi.

7) Đó là một _____ quan trọng, cần phải hoàn thành trước thời hạn được giao.

8) Bị mất tiền nhưng bà ấy lại cho rằng trong _____ rủi còn có _____ may.

4. Hãy đặt câu với các từ cho sẵn: （請用下列詞語及文法造句。）

(1) hễ…là…,   (2) …đây,   (3) có vẻ như…,

(4) có lẽ…,   (5) cái + tính từ,   (6) dọn nhà,

(7) thu xếp,   (8) tình làng nghĩa xóm

_____

_____

_____

_____

_____

_____

_____

_____

5. Bài tập đánh máy: Hãy viết một đoạn văn ngắn nói về trách nhiệm cần có của bản thân em đối với gia đình và xã hội. （打字練習：請寫一則短文，描述自己在家庭及社會中應有的責任。）

Tham quan

參觀

Ý kiến cá nhân 個人意見

1. *Bạn thích đi du lịch với gia đình hay bạn bè? Du lịch dạng tự túc hay đi theo tua? Vì sao?*

2. *Bạn đã từng nghe nói đến những thắng cảnh nào của Việt Nam? Hãy kể ra những nơi mà bạn đã tìm hiểu qua.*

Hội thoại 會話 ▶MP3-9.1

Về Ninh Bình thăm Tràng An

Tony:	Khoảng bao lâu nữa thì chúng ta tới Tràng An?
Nga:	Chúng ta đang ở thành phố Ninh Bình rồi. Từ đây vào Tràng An khoảng bảy ki-lô-mét, chạy xe máy vào đó tầm mười năm phút thôi.
Tony:	Tràng An *hẳn là* một nơi rất tuyệt vời ha!
Nga:	Tràng An là di sản thế giới kép, nổi bật cả về giá trị văn hóa và thiên nhiên kỳ vĩ. Người ta thường ví von nơi đây là Vịnh Hạ Long trên cạn đấy.
Tony:	Nghe hấp dẫn ta! Tớ đang rất hồi hộp, mong được tận mắt chứng kiến cái đẹp của mẹ thiên nhiên.
Nga:	Hôm nay thời tiết đẹp, trời trong xanh và có gió mát. Đến đó, *tha hồ* mà ngồi thuyền, chiêm ngưỡng phong cảnh hữu tình nha.
Tony:	Vậy hả? Thích thật á! Tớ sẽ chụp thật nhiều ảnh đẹp làm kỉ niệm để khoe với gia đình.

Tại Tràng An

Tony:	Chà, đông quá!
Nga:	Chúng ta đi thăm khu sinh thái Tràng An trước nhé.
Tony:	Đẹp quá! Cứ như lạc vào tiên cảnh, *hèn chi* mà ai đến cũng không muốn về.
Nga:	Hành trình của chúng ta di chuyển bằng thuyền, sẽ đi qua hang Nấu Rượu, hang Tối, hang Sáng…
Tony:	Toàn là những cái tên nghe lạ kỳ, rất thuần Việt, thật ấn tượng!
Nga:	Đằng kia là phim trường "Kong: Skull Island" đấy.
Tony:	Ôi! Vẻ đẹp hấp dẫn trên cả tuyệt vời.
Nga:	Chúng ta sẽ đi qua tất cả 9 hang động và toàn bộ chùa chiền. Sau đó, đi thăm cố đô Hoa Lư nhé?
Tony:	*Một khi đã* tới đây *thì phải* thăm cả Tràng An chứ.
Nga:	Cố đô Hoa Lư là kinh đô của nước Đại Cồ Việt xưa. Nơi đây có đền thờ vua Đinh và vua Lê.
Tony:	Đẹp quá! Thật không thể diễn tả hết cái cảm xúc khi đặt chân tới đây. Mà loài hoa màu tím hồng kia, là hoa gì vậy?
Nga:	Là hoa súng đấy, chúng nở trên mặt nước mỗi khi mùa thu tới. Cảnh vật cũng trở nên lãng mạn hơn, đúng không Tony?
Tony:	Không sai. Nếu không tới thăm nơi này, tớ sẽ phải hối tiếc.
Nga:	Tam Cốc - Bích Động là điểm dừng cuối cùng. Đến đây thì bạn được ngắm nhìn những ruộng lúa vàng trải dài ở hai bên sông, trông như một bức tranh vẽ tuyệt đẹp, phải không?
Tony:	Đúng rồi. Thật cảm ơn bạn đã đưa mình đi tham quan một nơi ý nghĩa như thế này. Một chuyến du lịch mà tôi sẽ không bao giờ quên!

1. Dựa theo nội dung của bài hội thoại, hãy trả lời các câu hỏi sau đây:（請閱讀會話內容，並回答下列問題。）

1) Tony và Nga đi Tràng An bằng phương tiện gì?

2) Tại sao Tràng An được công nhận là di sản thế giới kép?

3) Người ta thường ví von Tràng An với nơi nào?

4) Nơi đầu tiên mà họ đi tham quan là nơi nào?

5) Họ đi tham quan khắp khu du lịch Tràng An bằng phương tiện gì?

6) Họ sẽ đi qua mấy hang động? Hãy kể tên một vài hang động.

7) Họ có đi tham quan cố đô Hoa Lư không? Tại sao?

8) Đến Tam Cốc - Bích Động, họ sẽ được chiêm ngưỡng cái gì?

2. Hãy chọn Đúng (Đ) hay Sai (S) hay Không (K) theo nội dung của bài đọc.（請根據會話內容，勾選「是」（**Đúng**）或「非」（**Sai**）或「沒有提及」（**Không**）。）

	Đúng / Sai / Không
1) Thành phố Ninh Bình thuộc Tràng An.	○ Đ ○ S ○ K
2) Vịnh Hạ Long trên cạn được ví von với Tràng An.	○ Đ ○ S ○ K
3) Khi con người lạc vào tiên cảnh, họ không muốn trở về thế giới thực.	○ Đ ○ S ○ K
4) Vì đã tới Tràng An rồi nên Tony muốn đi cả Tràng An và cố đô Hoa Lư.	○ Đ ○ S ○ K
5) Tony cảm thấy hối tiếc vì bây giờ mới có dịp ghé thăm Tràng An.	○ Đ ○ S ○ K

Từ mới 生詞　　　　　　　　　　　　　　　　　▶MP3-9.2

di sản thế giới kép	雙重世界遺產	khu sinh thái	生態園區
nổi bật	優秀、突出	lạc vào tiên cảnh	迷失在仙境
thiên nhiên	天然	phim trường	電影場景
kỳ vĩ	鬼斧神工（風景）	hang động	洞穴
ngồi thuyền	坐船	chùa chiền	寺廟
chiêm ngưỡng	恭敬地欣賞、瞻仰	cố đô	古都
phong cảnh	風景	Hoa Lư	華閭
hữu tình	（風景）迷人	kinh đô	京都
nước Đại Cồ Việt	大瞿越國	vua Đinh	丁王
đền thờ	祠堂	vua Lê	黎王
cảm xúc	感受、情緒	Tam Cốc- Bích Động	三谷碧洞（風景區）
ruộng lúa	稻田	trải dài	延長、延展
ví von	比擬、比喻	nở	（花）開
trên cạn	陸地上	mặt nước	水面
hấp dẫn	吸引人	hối tiếc	遺憾、後悔
hồi hộp	緊張	ngắm nhìn	賞看
khoe	炫耀	diễn tả	描述、形容

Ngữ pháp 文法

1. tha hồ (khẩu ngữ): phó từ, dùng để biểu thị một cái gì đó là hoàn toàn thoải mái theo ý muốn của bản thân mà không bị hạn chế.（tha hồ：口語，副詞，用來表示某一件事是完全不受限制地依照自己的意願。意即「盡情」。）

> **Ví dụ**
> ・Đi nhà hàng buffet thì bạn *tha hồ* mà ăn.
>
> 去吃到飽餐廳，你就可以盡情吃。
>
> ・Đi khu mua sắm thì *tha hồ* mà bạn được chọn quần áo đẹp.
>
> 去購物區你就可以盡情地選好看的衣服。

2. hẳn: phó từ, đặt trước số từ dùng để nhấn mạnh sự quan trọng, tính toàn bộ và trọn vẹn chứ không phải là một phần nào đó.（hẳn：副詞，放於數字前面，用來強調事物的重要性、全部、完整性，而不是只有部分，相當於中文的「整整、完整」。）

> **Ví dụ**
> ・Chúng ta dành *hẳn* một ngày để tham quan phố cổ Hà Nội.
>
> 我們為了參觀河內古都，保留完整的一天。
>
> ・Cậu bé ăn *hẳn* năm chén cơm.
>
> 小男孩吃完整整五碗飯。

3. thảo nào / hèn chi (khẩu ngữ): liên từ, đặt ở đầu một câu hay trước mệnh đề thứ hai, dùng để giải thích lý do một điều gì đó xảy ra là kết quả của điều vừa được đề cập tới.（thảo nào / hèn chi：口語，連接詞，放在句首或第二主句的前面，用來解釋某件事情發生的原因，乃剛剛所提及的事物的結果。意即「難怪」。）

> **Ví dụ**
> ・Đề thi khó, *hèn chi* cô ấy thi rớt.
>
> 考題很難，難怪她會落榜。
>
> ・Em ấy đi du học Anh Quốc hai năm rồi. - *Thảo nào*! Đã lâu lắm rồi chưa thấy cô ấy đến đây ăn Phở bò.
>
> 她去英國留學兩年了。　-難怪已經很久沒有看到她來這裡吃牛肉河粉了。

4. Cấu trúc: "một khi đã... thì phải..."; dùng để nhấn mạnh ý "một khi đã làm điều này thì cũng phải hoàn thành điều kia". (một khi đã...thì phải...：用來強調「一旦做了這件事，也要完成另外一件事。」意即「一旦……就要……」。）

Ví dụ   ・*Một khi đã* đến nhà tôi *thì phải* ăn cho tới no.

一旦來我家，就要吃到飽。

・*Một khi đã* nhận lời mời tham gia hội nghị *thì phải* đi.

一旦答應會議的邀約就要去。

Luyện nói 口說練習

1. Hãy dùng "thảo nào" hoặc "hèn chi" để hoàn thành mẫu đối thoại sau đây:（請用「**thảo nào**」或「**hèn chi**」完成下列對話。）

VD. Chị ấy là người Tràng An đấy.

→ *Thảo nào* chị ấy rất am hiểu về lịch sử Tràng An.

1) Em ấy dành hẳn 5 tiếng mỗi ngày để học tiếng Việt.

   _____

2) Cô ấy chăm chỉ luyện tập yoga mỗi ngày.

   _____

3) Hôm nay, tôi thức dậy từ rất sớm.

   _____

4) Cô giáo mới đưa chúng tôi đi tham quan Tràng An về.

   _____

5) Cả tháng nay nắng, tự nhiên hôm nay trời mưa to.

   _____

6) Nhà thờ Đức Bà do người Pháp xây dựng từ những năm của thế kỷ 19 đấy.

   _____

Ngữ vựng 詞彙運用

1. Hãy dựa vào nội dung của bài hội thoại, tìm từ gần nghĩa nhất để thay thế vào các từ gạch chân. (請根據會話內容，勾選與畫線詞語意義相近的詞彙。)

1) Tràng An là di sản thế giới kép, **_nổi bật_** cả về giá trị văn hóa và thiên nhiên kỳ vĩ.

   ☐ A. nổi giận   ☐ C. nổi cáu

   ☐ B. nổi trội   ☐ D. nổi điên

2) Ở Tràng An, tha hồ mà ngồi thuyền **_chiêm ngưỡng_** phong cảnh hữu tình.

   ☐ A. ngắm nhìn   ☐ C. ngắm vào

   ☐ B. ngắm trăng   ☐ D. ngắm theo

3) Thật không thể diễn tả hết cái **_cảm xúc_** của tớ khi đặt chân tới nơi đây.

   ☐ A. cảm tình   ☐ C. cảm ơn

   ☐ B. cảm nhận   ☐ D. cảm thông

2. Hãy đánh dấu ✓ vào những câu đúng (có thể lựa chọn nhiều ô).（請勾選正確的句子。可以複選。）

1) Dịch vụ đi du lịch trọn gói là gì:

   ☐ A. Là dịch vụ mà hành khách không phải tự lo nơi nghỉ ngơi và phương tiện di chuyển

   ☐ B. Là dịch vụ mà nó không an toàn và có nhiều rủi ro cho hành khách

   ☐ C. Là dịch vụ mà nó giúp hành khách tiết kiệm thời gian và chi phí

   ☐ D. Là dịch vụ mà hành khách phải tự lo nơi nghỉ ngơi và điểm ăn uống

2) Những lợi ích khi đi du lịch tự túc là:

   ☐ A. Tự do quyết định nơi bạn muốn đi tham quan

   ☐ B. Không bị gò bó về mặt thời gian

   ☐ C. Không phải lo vấn đề di chuyển

   ☐ D. Không phải lo nơi nghỉ ngơi và điểm ăn uống

1. Hãy nghe đoạn hội thoại và lựa chọn đáp án đúng nhất.（請聆聽音檔，並勾選最符合的答案。）

1)

　□ A. hiện đại

　□ B. cổ kính

　□ C. thôn quê

　□ D. thiên nhiên

2)

　□ A. ẩm thực của Sài Gòn

　□ B. ý định về việc mua trái cây rẻ tiền

　□ C. du lịch ở Sài Gòn

　□ D. kế hoạch tham quan di sản thế giới

3)

　□ A. thanh long

　□ B. sầu riêng

　□ C. xoài

　□ D. măng cụt

Luyện viết 寫作練習

1. Hãy dùng "tha hồ" và cụm từ cho sẵn có trong dấu ngoặc đơn để hoàn thành các mẫu đối thoại ngắn. （請用「**tha hồ**」及括號中提供的詞彙，完成以下簡短的對話。）

	VD. Lâu lắm rồi mà chúng ta chưa gặp nhau ta? → Thế thì cuối tuần này đi café với tôi ha, *tha hồ* mà chuyện trò vui vẻ.	(chuyện trò)
1)	Bờ biển này có nhiều loại cá ha! _____	(câu cá)
2)	Người ta mới xây khu giải trí ở gần nhà tôi ấy. _____	(giải trí)
3)	Tôi mới nhận tiền thưởng Tết hơn 10 vạn Đài tệ đấy. _____	(sắm đồ)
4)	Lâu lắm rồi mà tôi chưa đi đâu đó ở ngoài thành phố chơi cả. _____	(du lịch)

2. Hãy dùng "hẳn" để hoàn thành các mẫu đối thoại ngắn.（請用「**hẳn**」完成以下簡短的對話。）

	VD. Nghỉ hè em có về Đài Nam không? → Em muốn dành *hẳn* một kỳ nghỉ hè ở với gia đình.	(một kỳ nghỉ hè)
1)	Nhà anh có vườn rộng để trồng rau sạch không? → _____	(vườn rau sạch)
2)	Trong tháng này, anh đi công tác mấy nơi? → _____	(4 tỉnh)
3)	Bà muốn gặp ông phó giám đốc hay ông giám đốc? → _____	(giám đốc)
4)	Em đã để dành bao nhiêu tiền cho con đi du học nước ngoài? → _____	(1 triệu Đài tệ)

3. Hãy dùng cấu trúc " một khi đã ...thì phải ..." để viết lại các câu sau đây: （請用文法「**một khi đã ...thì phải...**」改寫下列各句。）

VD. Nếu đã đến thành phố Cao Hùng thì nên ghé thăm Phật Quang Sơn.

→ *Một khi đã* đến thành phố Cao Hùng *thì phải* ghé thăm Phật Quang Sơn.

1) Nếu đã làm một việc gì đó thì nên làm tới nơi tới chốn.

_____

2) Khi mua đồ điện tử thì nên chú ý tới chất lượng hơn là giá cả.

_____

3) Khi học ngoại ngữ thì nên thực hành mỗi ngày.

_____

4) Không nói thì thôi nhưng khi đã nói thì nên nói đúng.

_____

4. Hãy đặt câu với các từ cho sẵn: （請用下列詞語及文法造句。）

(1) tha hồ,   (2) hắn + số từ,   (3) thảo nào,

(4) hèn chi,   (5) một khi đã…thì phải…,   (6) chiêm ngưỡng

_____

_____

_____

_____

5. **Bài tập đánh máy: Hãy viết một đoạn văn ngắn giới thiệu về 5 điểm đến văn hóa tại Việt Nam mà bạn biết.**（打字練習：請寫出一篇包含五個您所知道的越南文化景點之短文。）

Bài 10

Tôn giáo

宗教

Ý kiến cá nhân 個人意見

1. *Vai trò của tôn giáo và tín ngưỡng đối với mỗi cá nhân trong đời sống xã hội hiện nay là gì?*

2. *Bạn đã tìm hiểu về tôn giáo và tín ngưỡng của người Việt Nam chưa? Nếu có, hãy chia sẻ.*

Hội thoại 會話 ▶MP3-10.1

Lan:	Kết quả học tập kỳ này của cậu thật tuyệt vời!
Sarah:	Mình chưa *dám* tin điều này là sự thật. Tất cả các môn tiếng Việt, mình đều đạt điểm cao nhất lớp đó.
Lan:	Cậu rất nỗ lực mà. Mình *lấy làm* khâm phục sự cố gắng của cậu ấy.
Sarah:	Nhờ có sự nhiệt tình và kiên nhẫn giúp đỡ của cậu mà mình mới có được một kết quả học tập tốt như vậy đó. Mà kỳ sau có môn tôn giáo học, mình vẫn chưa hiểu gì về tôn giáo ở Việt Nam, Lan à.
Lan:	Yên tâm đi, không khó để hiểu về tôn giáo ở Việt Nam đâu.
Sarah:	Lan à, hãy nói vài điều cho mình nghe đi!

Lan: Tôn giáo Việt Nam khá đa dạng, gồm có Phật giáo, Công giáo, Cao Đài, Tin Lành…nhưng đa phần thì mọi người theo đạo Phật.

Sarah: Thế thì Việt Nam là đất nước có truyền thống Phật giáo rồi.

Lan: Chính xác! Ở làng mình, *ai nấy đều* cố gắng sắp xếp thời gian đi lễ chùa vào những ngày quan trọng trong năm, chẳng hạn như: ngày rằm, Tết Thanh minh, Tết Đoan ngọ, Tết Nguyên đán...

Sarah: Thật thú vị! Nhưng, chùa là gì vậy Lan?

Lan: Chùa là nơi thờ Phật và các vị Thành hoàng.

Sarah: Vậy đức Phật là có thật?

Lan: Có thật chứ. Đức Phật chính là Thái tử của một quốc gia, mà nay gọi là đất nước Nepal. Ngài rời khỏi nhà, ra đi tìm con đường giải thoát khổ đau cho nhân loại.

Sarah: Thật ư? Cụ thể, đạo Phật đem lại điều gì cho nhân loại?

Lan: Đạo Phật không đem lại tiền bạc và phúc lộc cho mọi người nhưng Phật hướng người dân tới cuộc sống lương thiện và dạy họ biết chú ý tới luật nhân quả là có thực.

Sarah: Trong đạo Phật có điều cấm kỵ nào không?

Lan: Đạo Phật có vài lời khuyên như: không trộm cắp, không nói dối, không uống rượu…

Sarah: Đạo Phật Việt Nam rất ý nghĩa và thiết thực. Cậu hay đi chùa, không Lan?

Lan: Có chứ. *Lẽ ra* mình nên về quê để đi chùa cùng mẹ, nhưng ở thành phố có xíu việc nên sẽ đi thắp hương ở trên này. Thế còn bạn, bạn đã đi thăm ngôi chùa nào của Việt Nam chưa, hở Sarah?

Sarah: Chưa. *Đáng ra* mình nên đi từ lâu rồi mới phải, nhưng từ ngày sang đây, mình bận quá.

Lan: Sau này có dịp, chúng ta sẽ cùng nhau đi lễ chùa nha.

1. Dựa theo nội dung của bài hội thoại, hãy trả lời các câu hỏi sau đây:（請根據會話內容，並回答下列問題。）

1) Điều gì đã khiến Lan khâm phục Sarah?

2) Có phải Sarah đã đạt kết quả học tập tốt ở tất cả các môn học?

3) Hãy kể tên các tôn giáo chính ở Việt Nam.

4) Tại sao nói rằng Việt Nam là đất nước của Phật giáo?

5) Chùa là nơi thờ những ai?

6) Đức phật đem lại tiền bạc và phúc lộc cho mọi người, phải không?

7) Lời khuyên của Phật gồm có những gì?

8) Tại sao Lan lại không về quê đi chùa cùng mẹ?

9) Sarah đã đi chùa bao giờ chưa?

2. Hãy chọn Đúng (Đ) hay Sai (S) hay Không (K) theo nội dung của bài hội thoại.（請根據會話內容，勾選「是」（**Đúng**）或「非」（**Sai**）或「沒有提及」（**Không**）。）

	Đúng / Sai / Không
1) Lan không dám tin rằng Sarah đạt được điểm cao nhất lớp.	○ Đ ○ S ○ K
2) Rất dễ để hiểu được tôn giáo ở Việt Nam vì đa phần người dân theo đạo Phật.	○ Đ ○ S ○ K
3) Nepal là Thái tử của Phật giáo, ngài giúp đỡ con người thoát khỏi khổ đau.	○ Đ ○ S ○ K
4) Vì có luật nhân quả nên con người thường hướng đến điều thiện.	○ Đ ○ S ○ K

Từ mới 生詞 ▶MP3-10.2

tín ngưỡng	信仰	các vị Thành hoàng	諸位城隍
khâm phục	欽佩	Thái tử	太子
kiên nhẫn	耐心地、堅持	giải thoát	解脫
Phật giáo	佛教	nhân loại	人類
Công giáo	天主教	đem lại	帶來
đạo Cao đài	高臺教	phúc lộc	福祿
đạo Tin lành	基督教	lương thiện	良善、善良
Tết Thanh minh	清明節	điều cấm kỵ	禁忌
Tết Đoan ngọ	端午節	hướng thiện	向善
Tết Nguyên đán	元旦	sát sinh	殺生
nơi thờ	祭祀場所	trộm cắp	偷竊
nhiệt tình	熱情	luật nhân quả	因果關係
tôn giáo học	宗教學	thắp hương	上香
cố gắng	努力	đi lễ chùa	去拜拜
ngày rằm	農曆十五日	lời khuyên	建言、建議
khổ đau	痛苦、苦難	chuẩn mực	規範、標準

Ngữ pháp 文法

1. lấy làm: động từ, từ dùng để nhấn mạnh cảm xúc của một chủ thể trước một hành động hay một sự việc nào đó. (**lấy làm**：動詞，用來強調某個主語在面對某種行動、事件時的情緒、感受，相當於中文的「感到、深感」。)

> **lấy làm** ＋動詞／形容詞

Ví dụ
- Tôi *lấy làm* buồn khi nghe sự thật này.

  聽到這件事實時，我深感難過。

- Tôi *lấy làm* đau lòng khi biết anh ta đã lừa dối mình.

  知道他欺騙自己時，我深感心痛。

2. ...ai nấy đều...: đại từ dùng để biểu thị nghĩa "người nào cũng vậy, không trừ một ai". (…**ai nấy đều**…：代詞，用來表示「每個人都這樣，無一例外」，相當於中文的「每個人」。)

Ví dụ
- Trong bữa tiệc cuối năm, *ai nấy đều* vui vẻ.

  每個人在年末的聚會裡都很愉快。

- *Ai nấy đều* ngạc nhiên về sự xuất hiện của cô ấy.

  每個人對於他的出現，都感到驚訝。

3. dám: động từ, từ dùng để biểu thị ý "chủ thể có đủ sự tự tin và dũng cảm để làm việc gì đó, dù biết đó là việc khó khăn hay nguy hiểm", trái nghĩa với từ "sợ" và " ngại". (**dám**：動詞，用來表示「儘管知道那是艱難或危險的事情，主語仍有足夠的自信和勇氣去做某件事情」。意即「敢……」。「**dám**」（敢）與「**sợ / ngại**」（怕、畏懼、介意）互為反義詞。)

> **dám** ＋動詞／動詞短語

> Ví dụ
> · Bạn có dám thi đấu với cậu ta không?   - Tôi *dám* chứ. Tôi
> không sợ hay *ngại* bất cứ điều gì cả.
>
> 你敢和他比賽嗎？   -我當然敢。我不怕或畏懼任何事情。

4. lẽ ra / đáng ra / đúng ra: Dùng để biểu thị ý "đúng lý ra phải là như thế này, chứ không phải như là đã xảy ra trong thực tế".（lẽ ra / đáng ra / đúng ra：用來表達「理應要如此，而非實際上發生的那樣」之意，相當於中文的「本來應該、照理來說」。）

> **lẽ ra / đáng ra / đúng ra** ＋子句／句子

> Ví dụ
> · *Lẽ ra* chúng tôi đi chơi nhưng trời mưa nên hủy.
> 我們本來要去玩，但下雨，所以取消。
>
> · *Đúng ra* tôi đi du học nước ngoài, nhưng gia đình có chút
> chuyện nên tôi không đi nữa.
> 照理來說我會去國外留學，但家裡有點事情，所以不去了。

- Thường kết hợp với "nên" để khuyên ai đó nên làm như thế này chứ không phải thế kia.（常與「nên」（應該）合併使用，放於句尾，用來建議某人應該這麼做，而非那樣做，相當於中文的「照理來說……應該……」。）

> Ví dụ
> · *Đáng ra* bạn *nên* xin lỗi cô ấy mới phải chứ.
> 照理來說你應該跟她道歉才對啊。
>
> · *Lẽ ra* bạn phải *nên* tham khảo ý kiến của trưởng phòng kinh
> doanh trước khi quyết định việc gì.
> 照理來說，在決定某件事情之前，你應該要參考銷售經理的意見。

Luyện nói 口説練習

1. Hai người một cặp, hãy dùng từ "dám" để triển khai các mẫu hội thoại sau đây: (請兩人一組，依照範例用「**dám**」展開下列對話。)

VD. tỏ tình với cô ấy trước đám đông.

A:	Bạn có *dám* tỏ tình với cô ấy trước đám đông không?
B:	*Dám* chứ! Bạn có tin là mình làm được không?
A:	Mình cho là bạn làm được.
B:	Vậy thì mình sẽ cố gắng hết sức.

1) bơi qua con sông

_____

_____

_____

_____

2) viết thư xin lỗi cô ấy

_____

_____

_____

_____

3) thi đấu bóng chuyền với anh ấy

_____

_____

_____

_____

4) đi bộ lên núi lúc nửa đêm

_____

_____

_____

5) phê bình lại lời của giám đốc

_____

_____

_____

6) nói ra sự thật với gia đình rằng bạn đã vay ngân hàng một số tiền lớn

_____

_____

_____

7) tham gia vận động tranh cử cấp địa phương

_____

_____

_____

8) mở rộng địa bàn kinh doanh sang Việt Nam

_____

_____

_____

_____

Ngữ vựng 詞彙運用

1. Hãy chọn từ thích hợp để điền vào chỗ trống. （請將最適當的詞彙填入空格。）

nói dối	giải thoát	hướng thiện
thiết thực	nơi thờ	khâm phục

1) Những thành tích mà đội bóng đá Việt Nam đạt được gần đây đáng được _____ và tuyên dương.

2) Đền Hùng là _____ các vị Vua Hùng.

3) Thường xuyên _____ sẽ trở thành tính xấu không bao giờ thay đổi được.

4) Trong kinh doanh, nếu không có đầu óc suy nghĩ _____ thì khó mà thành công được.

5) Bất cứ tôn giáo nào cũng đều coi trọng việc _____ và được xây dựng trên một hệ thống chuẩn mực về đạo đức.

6) Chính sách đúng đắn của Chính phủ giúp người dân _____ khỏi cuộc sống nghèo đói.

2. Hãy dựa vào nội dung của bài hội thoại, tìm từ gần nghĩa nhất với các từ gạch chân.（請根據會話內容，勾選與畫線詞語意義相近的詞彙。）

1) ***Tất cả*** các môn tiếng Việt của mình đều đạt điểm cao nhất lớp đó.

   ☐ A. toàn tâm   ☐ C. toàn thể

   ☐ B. toàn bộ   ☐ D. toàn diện

2) Mình ***lấy làm*** khâm phục sự cố gắng của cậu.

   ☐ A. thật sự   ☐ C. thật thế

   ☐ B. thật thà   ☐ D. thật vậy

3) Tôn giáo ở Việt Nam khá đa dạng nhưng ***đa phần*** thì mọi người theo đạo Phật.

   ☐ A. phần nhiều   ☐ C. đa số

   ☐ B. phần lớn   ☐ D. cả 3 đáp án trên

4) Ở làng mình, ***ai nấy đều*** cố gắng sắp xếp thời gian đi lễ chùa vào những ngày quan trọng trong năm.

   ☐ A. người nào cũng   ☐ C. tất cả mọi người đều

   ☐ B. ai ai cũng   ☐ D. cả 3 đáp án trên

Luyện nghe 聽力練習　▶MP3-10.3

1. Hãy nghe đoạn hội thoại và lựa chọn đáp án đúng nhất.（請聆聽對話，並選出最正確的答案。）

1)

　　□ A. lễ chùa

　　□ B. lễ nhà thờ

　　□ C. lễ hội đầu xuân

　　□ D. lễ hội Giáng sinh

2)

　　□ A. Đó là điều cấm kỵ trong gia đình Phật tử.

　　□ B. Đó là điều cấm kỵ trong kinh Cô-ran.

　　□ C. Đó là điều cấm kỵ trong kinh Phật.

　　□ D. Đó là điều cấm kỵ trong Kinh Thánh.

3)

　　□ A. Đa phần các tôn giáo đều khuyên con người làm việc thiện.

　　□ B. Đa số các tôn giáo đều khuyên con người làm việc xấu.

　　□ C. Phần lớn các tôn giáo đều phải đi lễ vào ngày cuối tuần.

　　□ D. Bạn nữ được lớn lên trong gia đình Phật tử.

Luyện viết 寫作練習

1. Theo mẫu, hãy dùng cụm từ "ai nấy đều" để hoàn thành các câu sau đây: （請依照範例，用詞組「**ai nấy đều**」來完成以下句子。）

VD. Tết ở Việt Nam,…

→ Tết ở Việt Nam, *ai nấy đều* về quê để sum vầy với gia đình và người thân.

1) Sau khi thi xong cuối kỳ, _____

_____

2) Vào cuộc gặp gỡ đầu xuân, _____

_____

3) Trong buổi tiệc chia tay cô ấy, _____

_____

4) Sau khi cuộc bầu cử Thị trưởng thành phố Cao Hùng kết thúc, _____

_____

5) Đi học tiếng Việt về, _____

_____

6) Khi mà người nông dân được mùa, _____

_____

7) Khi mà chương trình học hè kết hợp với đi du lịch, _____

_____

8) Trong năm qua, công ty đạt mục tiêu doanh thu đề ra là 100 triệu Đài tệ, _____

_____

2. Theo mẫu, hãy dùng cụm từ "lấy làm" để biểu thị cảm xúc của ai đó trước các thông tin bên dưới:（請依照範例，用詞組「**lấy làm**」表達某人面對以下消息時的感受。）

VD. thông tin: khi bạn được chọn là sinh viên xuất sắc của khoa tham dự kỳ thi " Sinh viên giỏi" của trường

→ Tôi *lấy làm* vinh dự khi được chọn là sinh viên xuất sắc của khoa Đông Nam Á tham dự kỳ thi "Sinh viên giỏi" của trường.

1) thông tin: em ấy đã thi rớt vào kỳ thi tuyển công chức của Bộ Di dân

_____

_____

2) thông tin: anh ấy bị đồng nghiệp nói xấu

_____

_____

3) thông tin: đồ đạc trong nhà bà chủ đều bị lấy trộm

_____

_____

4) thông tin: Tổng thống đến thăm trường học của chúng ta

_____

_____

5) thông tin: sếp không giữ lời hứa tăng lương cho nhân viên

_____

_____

6) thông tin: công ty làm mất nhiều hợp đồng trong năm qua

_____

_____

7) thông tin: cô ấy sinh trưởng trong một gia đình có truyền thống hiếu học

_____

_____

8) thông tin: khi bạn tìm được người có cùng chí hướng và quan điểm

_____

_____

3. Hãy dùng "lẽ ra / đáng ra…nên…" để khuyên ai đó nên làm gì trong những tình huống sau đây:（請用「**lẽ ra / đáng ra…nên…**」勸告某人在以下情境中應該做什麼事。）

VD. Minh không tham khảo ý kiến của gia đình mình trước khi đi du học, nên mẹ bạn ấy rất buồn và lo lắng cho Minh.

→ *Đáng ra* Minh *nên* tham khảo ý kiến của gia đình mình thì mới phải chứ.

1) Em ấy bị cảm lạnh khi ra ngoài trời mưa mà không mang dù.

_____

2) Áp lực công việc đã khiến cho sức khỏe của cô ấy ngày càng trầm trọng.

_____

3) An làm việc không có hiệu quả vì không biết cách quản lý tốt thời gian.

_____

4) Mai hay làm mất lòng người khác vì thường không suy nghĩ kỹ càng trước khi nói.

_____

5) Em ấy thất bại vì không biết lượng sức mình trước một nhiệm vụ khó khăn như thế này.

_____

6) Em ấy nghỉ học nhiều mà không xin phép nên giáo viên rất buồn và thất vọng.

_____

7) Cậu ấy thường nói chuyện ồn ào trong lớp, ảnh hưởng đến tình hình học tập của cả lớp.

_____

8) Khi đi du lịch tự túc ở nước ngoài mà không tìm hiểu kỹ càng thì rất nguy hiểm và tốn kém.

_____

4. Hãy dùng "lẽ ra / đáng ra / đúng ra" để biểu thị ý "đúng lý ra là phải như thế này, chứ không phải như xảy ra trong thực tế".（請用「**lẽ ra / đáng ra / đúng ra**」表達理應如此，而非實際所發生的那樣。）

VD. Đúng ra hệ thống tàu điện ngầm của thủ đô Hà Nội được đưa vào sử dụng từ năm 2018 _____

→ *Đúng ra* hệ thống tàu điện ngầm của thủ đô Hà Nội được đưa vào sử dụng từ năm 2018, nhưng do một vài lý do mà thời gian dự kiến bị kéo dài tới năm 2022.

1) Đúng ra hôm nay tôi đến thăm gia đình anh chị _____

_____

2) Lẽ ra chị không nên quá nóng giận _____

_____

3) Đáng ra tôi không nên quá tin tưởng vào anh ta _____

_____

4) Lẽ ra tôi đã xin được học bổng sang Việt Nam học ngành kinh tế ____

_____

5) Đúng ra tôi không nên làm ba mẹ và thầy cô thất vọng _____

_____

6) Lẽ ra tôi nên học cách trân trọng những gì tôi đã có _____

_____

7) Đúng ra cán bộ xã nên biết cách lắng nghe ý kiến của nhân dân _____

_____

8) Đáng ra cuộc đời tôi đã rẽ sang hướng đi khác _____

_____

5. Hãy đặt câu với các từ cho sẵn:（請用下列詞語及文法造句。）

    (1) dám + động từ,   (2) lấy làm,   (3) …ai nấy đều…,

    (4) lẽ ra,   (5) đáng ra,   (6) khâm phục,

    (7) kiên nhẫn,   (8) chẳng hạn như

_____

_____

_____

_____

_____

_____

_____

6. Bài tập đánh máy: Hãy viết một đoạn văn ngắn trình bày những loại hình tôn giáo và tín ngưỡng chính của người Đài Loan.（打字練習：請寫一則短文，描述臺灣人主要的宗教種類與信仰。）

Bài 11

Đám cưới

婚禮

1. Ở Đài Loan, đám cưới thường được diễn ra và tổ chức như thế nào? Bao gồm những nghi lễ gì?

2. Ở Đài Loan, đám cưới ở nông thôn khác gì so với ở thành phố?

3. Giá trị văn hóa truyền thống được tìm thấy trong những nghi lễ cưới xin có thể hiện được bản sắc giá trị của dân tộc đó hay không?

Hội thoại 會話 ▶MP3-11.1

Huyền:	Con về nhà với mẹ rồi đây. Ôi! mỏi chân quá đi à.
Mẹ:	Đi đám cưới cái Vân có vui không con? Kể cho mẹ nghe xem nào.
Huyền:	Con biết là mẹ rất tò mò mà. Khi Vân mặc váy cưới, bạn ấy trông lộng lẫy như là nàng công chúa ấy, đẹp ơi là đẹp!
Mẹ:	Cái Vân xinh mà. Mấy giờ nhà trai tới? Chồng nó có phải là người Hải Phòng không?
Huyền:	Không phải ạ. Chồng Vân là người Nam Định, tên Hoàn. Sáng nay đi đón dâu, do hai nhà cách xa nhau độ 140 cây số nên họ phải xuất phát từ 5 giờ sáng cơ. Nhà trai đi đến đâu là chú rể gọi điện thông báo cho Vân đến *đấy*. 8 giờ sáng, họ tới nhà gái. Họ ăn mặc khá đẹp và lịch sự.
Mẹ:	Ồ, vậy à! Mẹ *tưởng* chồng nó là người Hải Phòng chứ. Vậy trưởng đoàn của họ nhà trai là ai?

Huyền:	Cũng giống như ngày ăn hỏi thôi, trưởng đoàn vẫn là ông Kiên, trưởng tộc bên phía nhà trai. Ông ấy phát biểu rất súc tích và đầy đủ. Sau khi giới thiệu thành phần tham dự, nhà trai trao trầu cau và xin phép cho chú rể lên phòng riêng đón cô dâu.
Mẹ:	Lúc đó con ở đâu?
Huyền:	Con luôn ở gần cái Vân mà. Khi anh Hoàn và Vân cùng nhau làm lễ gia tiên, con thấy cảm động lắm.
Mẹ:	Cảm động chứ. Làm lễ gia tiên, đó chính là phần "lễ nghĩa" trong từ lễ cưới đấy.
Huyền:	*Tức là* lễ cưới thì bao gồm phần lễ nghĩa và phần cưới, hả mẹ?
Mẹ:	Ừ. Đúng rồi.
Huyền:	Con hiểu rồi ạ. Bố mẹ tặng Vân nhiều vàng bạc. Con thấy, mẹ Vân vừa cười vừa khóc.
Mẹ:	Là bố là mẹ, *nào ai* mà không thương yêu và lo lắng cho con cái chứ. Cảm động quá nên khóc thôi.
Huyền:	Lúc tiễn Vân ra xe về nhà chồng, bố mẹ Vân ôm nhau khóc, thương lắm ấy!
Mẹ:	Mẹ hiểu.
Huyền:	Ở bên phía nhà trai, khi lễ cưới vừa kết thúc,Vân khóc nức nở. Vậy là, từ nay nó làm dâu nhà họ. Còn con, con muốn ở thêm với bố mẹ vài năm nữa.
Mẹ:	Ơ! mẹ thấy thằng Minh tốt đấy chứ, hai đứa cũng yêu nhau hơn hai năm rồi. Con nên để tâm tới nó nhiều hơn. Con gái tuổi xuân có hạn. Hãy suy nghĩ kỹ càng, rồi thì quyết định đi con nhé.
Huyền:	Vâng, thưa mẹ.

1. **Hãy dựa theo nội dung của bài hội thoại, trả lời các câu hỏi sau đây.** （請根據會話內容，並回答下列問題。）

    1) Tại sao Huyền lại kể cho mẹ bạn ấy nghe về đám cưới của Vân?

    2) Chồng của Vân là người Hải Phòng, phải không?

    3) Tại sao họ lại bắt đầu đi đón dâu từ lúc 5 giờ sáng?

    4) Ông Kiên là ai? Ông ấy có vai trò gì?

    5) Gia đình tặng gì cho Vân vào ngày cưới?

    6) Mẹ khuyên Vân lấy chồng sớm, phải không? Tại sao?

2. **Hãy chọn Đúng (Đ) hay Sai (S) hay Không (K) theo nội dung của bài hội thoại.** （請根據會話內容，勾選「是」（**Đúng**）或「非」（**Sai**）或「沒有提及」（**Không**）。）

	Đúng / Sai / Không
1) Mẹ Vân tò mò vì Huyền trông lộng lẫy như một nàng công chúa.	○ Đ ○ S ○ K
2) Vào ngày cưới của Vân, thay mặt nhà trai, ông Kiên, trưởng tộc đứng lên phát biểu và giới thiệu các thành phần tham dự của hai họ.	○ Đ ○ S ○ K
3) Lễ cưới bao gồm phần lễ nghĩa và lễ cưới.	○ Đ ○ S ○ K
4) Bố mẹ Vân khóc vì cảm động và yêu thương con gái của mình.	○ Đ ○ S ○ K
5) Huyền chỉ muốn ở với bố mẹ vì không muốn đi lấy chồng.	○ Đ ○ S ○ K

gia tiên	祖先	vàng bạc	金銀
tò mò	好奇	trang sức	飾品
lộng lẫy	輝煌、華麗	tuổi xuân	青春
cô dâu	新娘	kỹ càng	仔細
ngày ăn hỏi	訂婚日	phát biểu	發表
trưởng tộc	族長；家族裡輩分最高的長輩	súc tích	簡練、簡潔有力
chú rể	新郎	mỏi chân	腳痠
thành phần tham dự	參與來賓	trầu cau	檳榔
thương	可憐、疼愛	ôm nhau	互相擁抱
nhà trai	男方家	khóc nức nở	嚎啕大哭
nhà gái	女方家	làm dâu	當媳婦

Ngữ pháp 文法

1. ...đâu...đấy / đó: Cấu trúc nối hai vế trong một câu dùng để biểu thị ý có tính tương xứng. (...đâu...đấy / đó：用來連接在同一句話裡面兩個具有對應涵義的子句，相當於中文的「動詞＋到……，動詞＋到……。」)

Ví dụ
- Học tới *đâu* hiểu tới *đó*.

  學到哪，懂到哪。

- Làm việc tới *đâu* hiệu quả tới *đấy*.

  做到什麼程度，效果就到那個程度。

2. tức là: cụm từ dùng trong khẩu ngữ, dùng để biểu thị ý "có nghĩa là". (tức là：口語用法之片語，表示「也就是、代表」之意。)

Ví dụ
- Cậu ấy im lặng *tức là* đồng ý.

  他安靜就代表同意。

- Ngày nghỉ *tức là* được đi chơi.

  假日就代表可以出去玩。

3. nào ai: cụm từ mang nghĩa phủ định biểu thị ý "không có ai". (nào ai：帶有否定意味之詞彙，表示「沒有人」之意。)

Ví dụ
- *Nào ai* biết cô ấy ở đâu.

  沒有誰知道她在哪裡。

- *Nào ai* đoán được sự việc lại diễn biến như thế này.

  沒有誰預料得到事情會演變到像現在這樣。

4. tưởng: động từ, biểu thị nghĩa tin vào một điều gì đó mà không có thật. (tưởng：動詞，表示相信某件不存在事物之意。意即「以為」。)

Ví dụ
- Tôi *tưởng* anh là giám đốc của một công ty lớn.

  我以為你是一間大公司的總經理。

- Tôi *tưởng* anh đã đi định cư ở nước ngoài.

  我以為你已經到國外定居了。

Luyện nói 口說練習

1. Theo mẫu, hãy dùng từ "tưởng" và dựa vào các tình huống sau đây để thực hành nói:（請依據以下情境，用「**tưởng**」進行口說練習。）

VD. Ngọc Anh nghĩ rằng mình học giỏi nhất lớp nhưng thực ra không phải như vậy. Bạn cô ấy nói:

→ Ngọc Anh luôn *tưởng* rằng mình là người giỏi nhất lớp đấy.

1) Minh lái một chiếc xe hơi rất sang trọng đến bữa tiệc nhưng thật ra là Minh mượn xe của chị gái. Bạn của Minh nói:

_____

_____

2) An Kỳ từ Đài Loan sang Việt Nam đầu tư vào lĩnh vực kinh doanh bất động sản, bạn ấy ngạc nhiên vì giá nhà đất ở Sài Gòn rất cao. An Kỳ chia sẻ với những người bạn đồng hương rằng:

_____

_____

3) Trước khi sang Mỹ định cư, Minh luôn mơ về một cuộc sống giàu sang và hạnh phúc, nhưng thực tế thì mọi cái đã làm cô ấy vỡ mộng. Minh gọi điện về cho gia đình ở Việt Nam:

_____

_____

4) Mọi người muốn tạo ra một sự bất ngờ cho Như Ý nhân ngày sinh nhật lần thứ 20 của bạn ấy. Như Ý cảm động và nói:

_____

_____

Ngữ vựng 詞彙運用

1. Dựa vào nội dung của bài hội thoại, hãy tìm từ gần nghĩa nhất với các từ gạch chân.（請根據會話內容，勾選與畫線詞語意義最相近的詞彙。）

1) Vân mặc váy cưới, bạn ấy trông lộng lẫy **_như là_** nàng công chúa ấy.

    ☐ A. chẳng hạn   ☐ C. chả hạn

    ☐ B. y như   ☐ D. ví dụ

2) Do hai nhà cách xa nhau độ 140 cây số nên họ phải xuất phát từ 5 giờ sáng **_cơ_**.

    ☐ A. đấy   ☐ C. mà

    ☐ B. thôi   ☐ D. thế

3) **_Tức là_** lễ cưới thì bao gồm phần lễ nghĩa và phần cưới, hả mẹ?

    ☐ A. Vậy là   ☐ C. Như thế là

    ☐ B. Nghĩa là   ☐ D. Cả 3 đáp án trên

4) Con nên **_để tâm_** tới nó nhiều hơn.

    ☐ A. quan tâm   ☐ C. chú ý

    ☐ B. để ý   ☐ D. cả 3 đáp án trên

Ngữ vựng 詞彙運用

2. Hãy chọn đáp án đúng nhất. （請勾選最符合下方詞彙的解釋。）

1) Lễ ăn hỏi là:

☐ A. là một nghi thức trong hôn nhân truyền thống của người Việt

☐ B. còn được gọi là lễ đính hôn (mà người miền Nam Việt Nam thường gọi)

☐ C. diễn ra trước lễ cưới

☐ D. cả 3 đáp án trên

2) Trưởng tộc là:

☐ A. là người con trai thứ nhất của chi trưởng

☐ B. là đại diện cho những người có chung huyết thống

☐ C. cả A và B đúng

☐ D. cả A và B sai

3) Lễ gia tiên là:

☐ A. nghi thức để báo cáo trước bàn thờ tổ tiên

☐ B. được tiến hành ở cả nhà trai và nhà gái

☐ C. cả A và B đúng

☐ D. cả A và B sai

Luyện nghe 聽力練習　　　　　　　　　　　　▶MP3-11.3

1. Hãy nghe đoạn hội thoại và lựa chọn đáp án đúng nhất.（聆聽音檔，並選出最正確的答案。）

1)

　　☐ A. mua áo dài

　　☐ B. mua trầu cau

　　☐ C. tiếp khách

　　☐ D. nhận trà

2)

　　☐ A. váy cưới làm bằng vàng

　　☐ B. áo dài làm bằng vàng

　　☐ C. trang sức làm bằng vàng

　　☐ D. dây chuyền làm bằng bạc

3)

　　☐ A. áo dài truyền thống màu đỏ

　　☐ B. áo dài cách tân màu đỏ

　　☐ C. áo dài truyền thống màu vàng

　　☐ D. váy cưới màu đỏ

Luyện viết 寫作練習

1. Theo mẫu, hãy dựa vào các thông tin cho sẵn, dùng cấu trúc "… đâu…đấy / đó" để tạo câu. （請依照範例，根據下方資訊，用文法「…đâu…đấy / đó」造句。）

VD. Minh Tuyết là Hoa khôi của trường Đại học Chính Trị. Cô ấy không những xinh đẹp mà còn thông minh.

→ Minh Tuyết đi tới *đâu* là người ta chú ý đến *đó*.

1) Minh và An là đôi bạn thanh mai trúc mã từ thời thơ ấu, họ không bao giờ rời xa nhau nửa bước.

   _____

2) Công ty chỉ sản xuất sản phẩm khi có đơn hàng mà thôi.

   _____

3) Cô giáo hỏi tôi rất nhiều câu hỏi, tôi trả lời được hết.

   _____

4) Bạn ấy nói nhanh và nhiều, tôi cảm thấy rất phiền.

   _____

5) Sếp mời tôi 5 chai bia, tôi uống hết 5 chai bia.

   _____

6) Anh ta giải thích rất nhiều nhưng tôi chẳng hiểu gì cả.

   _____

7) Trước kia tôi là một người tự do. Từ khi trở thành mẹ, tôi đi mua sắm hay đi gặp gỡ bạn bè, con tôi luôn đòi đi theo.

   _____

8) Cô giáo yêu cầu tôi viết 3 bài tiểu luận, tôi viết 3 bài tiểu luận.

_____

2. Theo mẫu, hãy dùng cụm từ "nào ai" và những từ gợi ý có trong ngoặc để tạo câu.（請依照範例，用詞組「**nào ai**」及括號內提示的詞語造句。）

VD. Cậu ta lười học nhưng lại đạt điểm cao môn kinh tế học. (ngờ)

→ _Nào ai_ ngờ được cậu ta đạt điểm cao môn kinh tế học.

1) Cô ấy nói rất nhiều nhưng không có trọng tâm. Tất cả chúng tôi đều không hiểu cô ấy nói về cái gì. (hiểu)

_____

2) Tất cả chúng tôi đều không tin được rằng ba bạn ấy là giám đốc của một bệnh viện lớn ở Đài Trung. (tin)

_____

3) Không ai trong chúng tôi hiểu được suy nghĩ và kế hoạch của ông ta. (hiểu)

_____

4) Là bố mẹ, ai cũng thương yêu con cái của mình vô điều kiện. (thương yêu)

_____

3. **Hãy hoàn thành câu với cụm từ "tức là".** （請用「**tức là**」完成下列
   各句。）

   VD. Quê gốc của chị ấy ở Nghệ An tức là _____

   → Quê gốc của chị ấy ở Nghệ An *tức là* quê hương của bác Hồ.

   1) Là một lương y tức là _____

   2) Sau khi hai người đăng ký kết hôn tức là _____

   3) Là một công dân tốt tức là _____

   4) Khi một người nước ngoài nhập tịch Đài Loan tức là _____

   5) Khi bạn bước sang tuổi 18 tức là _____

   6) Khi bạn nhắc tới Sài Gòn tức là _____

   7) Khi rời xa gia đình tức là _____

   8) Nói đến Singapore tức là _____

4. Hãy đặt câu với các từ cho sẵn:（請用下列詞語及文法造句。）

(1) đâu…đấy,　　(2) đâu…đó,　　(3) tức là,　　(4) nào ai,

(5) tưởng,　　(6) mỏi chân,　　(7) tò mò,　　(8) súc tích,

(9) để tâm,　　(10) có hạn

_____

_____

_____

_____

_____

_____

_____

_____

5. Bài tập đánh máy: Hãy viết một bài văn ngắn giới thiệu về đám cưới truyền thống của người Đài Loan.（打字練習：請寫一則文章，介紹臺灣人的傳統婚禮。）

Bài 12

Giao tiếp đa văn hóa

跨文化交流

Dẫn đề 課前導讀

Trong thời kỳ hội nhập và phát triển, chúng ta có không ít cơ hội để tiếp xúc với nhiều người đến từ các nền văn hoá khác nhau. Điều đó tạo ra một môi trường giao tiếp đa văn hoá, mỗi một nền văn hoá đều thể hiện một bản sắc riêng. Người phương Tây thường có sự thẳng thắn và thoải mái, còn người phương Đông thì kín đáo và nguyên tắc hơn. Giao tiếp đa văn hoá giúp những cá nhân mở mang kiến thức và hoàn thiện bản thân trong cách ứng xử và làm việc. Bất cứ ai, nhất là giới trẻ đều nên trau dồi ngoại ngữ, chú trọng tới kỹ năng quan sát và lắng nghe từ người đối diện. Chúng ta sẽ vừa quảng bá được Việt Nam tới thế giới, vừa học hỏi được những cái hay, cái đẹp từ các bạn ngoại quốc.

Ý kiến cá nhân 個人意見

1. Theo bạn, ngôn ngữ cơ thể như cách bắt tay, cách đi đứng, nét mặt...có phải là yếu tố tạo nên một nền văn hoá khác biệt hay không?

2. Trước khi đi du lịch nước ngoài, bạn có tìm hiểu về nền văn hoá và những phong tục nổi bật của nước đó hay không? Bạn nghĩ điều đó có cần thiết hay không?

3. Hãy cùng nhau thảo luận về câu danh ngôn: "Lời nói chẳng mất tiền mua, lựa lời mà nói cho vừa lòng nhau".

Linh: Lớp mình có sinh viên mới, rất xinh đẹp nha! Julia vốn học ở trường quốc tế Anh Mỹ, gia đình bạn ấy mới chuyển về đây vào hồi tuần trước.

Tùng: Thật hả? Có phải cô bạn tóc vàng kia không? Để mình lại làm quen ha!

Linh: Cậu quên rồi nè. Hồi Minh Anh mới tới, cậu cứ vồ vập rồi nhìn *chằm chằm* vào bạn ấy. Bữa đó, *may mà* mình kéo Minh Anh ra chỗ khác, *không thì* thật là ngại. Người Đài Loan đặc biệt ghét điều này.

Tùng: Mình chỉ muốn các bạn thấy thoải mái thôi mà, đâu *dám* thất lễ với ai chứ. Nhưng Julia là người Anh, có khó vậy không ta?

Linh: Người Anh nhẹ nhàng và kín đáo. Julia chắc không ưa sự ồn ào đâu. Cậu nên quan sát và tốt nhất là nghe mình, rõ không?

Tùng: Được rồi nè. Cậu là lớp trưởng, cũng là chuyên gia tâm lý. Mình không nghe cậu thì nghe ai chứ.

Linh: Biết cậu có ý tốt, nhưng ở môi trường đa văn hóa cậu *không thể không* cẩn thận trong *ứng xử*. Việc cư xử thận trọng của sinh viên chúng ta sẽ ảnh hưởng tới hình ảnh của đất nước Việt Nam đấy.

Tùng: Hay cậu để mình làm lớp phó phụ trách tuyên truyền?

Linh: Không được. *May ra* thì mình chỉ để cậu phụ trách thể thao thôi, vì đó là thế mạnh của cậu. Còn tuyên truyền, mình đã chọn Minh Anh.

Tùng: Mình nghĩ Jack giao tiếp tốt hơn Minh Anh đó. Người Mỹ như cậu ấy nhanh nhẹn và thẳng thắn, lại còn hài hước nữa.

Linh:	Lớp học văn hóa Đông Nam Á có 80% sinh viên châu Á và 20% đến từ các nước khác. Minh Anh đã tới Việt Nam hơn 3 năm, còn Jack mới tới đây tầm 5 tháng, cậu ấy chỉ đang thích nghi với môi trường mới mà thôi. Còn nữa, Minh Anh tuy không năng nổ như Jack nhưng cô ấy rất thân thiện và biết lắng nghe.
Tùng:	Cũng phải. Mà hồi đầu năm, thấy cậu khá thân với Nicolas. Tưởng cậu ấy sẽ giữ 1 vị trí lớp phó nào đó. Sao giờ không thấy tên ta?
Linh:	Nicolas là người Pháp, cậu ấy khá lịch sự và được nhiều bạn bè mến mộ, kể cả mình. Có điều, tính tình Nicolas hơi khép kín và ít nói.
Tùng:	Cậu đúng là làm việc rất rõ ràng, lớp trưởng ạ! Riêng vị trí lớp phó học tập này, mình nghĩ cậu có thể tham khảo ý kiến của mình. Tiểu Hoa được chứ?
Linh:	Ngoài việc nói tiếng Anh chuẩn và vốn tiếng Việt không hề ít, cậu ấy khá chu đáo và khiêm tốn. Cậu ấy hay cười, luôn *vui vui vẻ vẻ* với người khác.
Tùng:	Và còn xinh nữa, một vẻ đẹp rất Đài Loan, rất tự nhiên.
Linh:	Trời à! Đó có phải là tiêu chí chọn lớp phó của mình đâu.
Tùng:	Giỡn chút cho vui thôi mà.
Linh:	Thôi, nói chuyện sau nhé. Hôm nay mình mới uống có một ly café, buồn ngủ ghê!

1. Dựa theo nội dung của bài hội thoại, hãy trả lời các câu hỏi sau đây: (請根據會話內容，並回答下列問題。)

1) Mối quan hệ giữa Tùng và Linh?

2) Linh phê bình Tùng về điều gì?

3) Hành động của Tùng đối với Minh Anh là thất lễ, phải không?

4) Theo Linh, người Anh có tính cách như thế nào?

5) Theo Linh, ở môi trường đa văn hóa, chúng ta cần ứng xử như thế nào?

6) Tùng có mong muốn được làm gì? Có được Linh chấp thuận không?

7) Linh đánh giá Nicolas là người thế nào?

8) Linh đánh giá Tiểu Hoa là người thế nào?

2. Hãy chọn Đúng (Đ) hay Sai (S) hay Không (K) theo nội dung của bài hội thoại.（請根據會話內容，勾選「是」（**Đúng**）或「非」（**Sai**）或「沒有提及」（**Không**）。）

	Đúng / Sai / Không
1) Julia là người Anh gốc Mỹ vừa mới tới hồi tuần trước.	◯ Đ ◯ S ◯ K
2) Tùng từng nhìn Minh Anh thẳng và lâu khiến Linh phải kéo Minh Anh ra chỗ khác.	◯ Đ ◯ S ◯ K
3) Tùng thấy thoải mái khi nhìn chằm chằm vào các bạn mới mà không cho rằng đó là thất lễ.	◯ Đ ◯ S ◯ K
4) Người Anh không ưa sự ồn ào. Họ thích sự nhẹ nhàng và kín đáo.	◯ Đ ◯ S ◯ K
5) Tùng nghe Linh vì bạn ấy là một chuyên gia tâm lý.	◯ Đ ◯ S ◯ K
6) Khi ứng xử ở môi trường đa văn hóa thì phải cẩn thận vì mỗi nơi có những bản sắc riêng, mỗi cá nhân lại có tín ngưỡng riêng.	◯ Đ ◯ S ◯ K
7) Linh cho rằng Tùng chỉ thích hợp để chơi thể thao mà thôi, không phù hợp để làm cái khác.	◯ Đ ◯ S ◯ K
8) Theo Tùng, Jack, người Mỹ giao tiếp bằng tiếng Việt tốt hơn Minh Anh.	◯ Đ ◯ S ◯ K
9) Theo Linh, Minh Anh thích hợp làm ở vị trí tuyên truyền vì bạn ấy thân thiện và biết lắng nghe.	◯ Đ ◯ S ◯ K
10) Người Pháp thường khép kín và ít nói.	◯ Đ ◯ S ◯ K
11) Tiểu Hoa là người Đài Loan. Cô ấy chu đáo và khiêm tốn nên phù hợp để làm lớp phó học tập.	◯ Đ ◯ S ◯ K
12) Linh chọn Tiểu Hoa là lớp phó học tập vì cậu ấy rất đẹp và tự nhiên.	◯ Đ ◯ S ◯ K

Từ mới 生詞 ▶MP3-12.2

vồ vập	過度的關心、熱情	thẳng thắn	直率
chằm chằm	直盯盯、目不轉睛	hài hước	幽默、詼諧
thất lễ	失禮	thích nghi	適應
nhẹ nhàng	溫和	năng nổ	有幹勁的、幹勁十足、滿腔熱血
kín đáo	含蓄、內斂	mến mộ	愛慕
quan sát	觀察	khép kín	封閉；內向
ứng xử	應對	chu đáo	周到；圓滿；謹慎；貼心
thận trọng	慎重	khiêm tốn	謙虛
tuyên truyền	宣傳	tiêu chí	指標、標準
thế mạnh	優勢	giỡn	開玩笑
hình ảnh	形象；照片	trau dồi	交流
chấp thuận	准許、同意	mở mang kiến thức	增廣見聞
bản sắc	本色；特色	hội nhập	全球整合

Ngữ pháp 文法

1. Láy tính từ gốc để giảm nhẹ mức độ của tính từ đó, nó có nghĩa là "hơi + tính từ" theo những quy luật sau đây:（如果想用形容詞來表達「有點……」，也就是「有點＋形容詞」之意，可以根據以下規律來變化。）

a) Với những tính từ không có phụ âm cuối là /p, t, ch,c/（對於沒有「p, t, ch, c」子音的形容詞）

– Những tính từ là thanh ngang và thanh huyền thì không thay đổi.（平聲和玄聲的形容詞不需變化。）

> Ví dụ
> · chằm（盯） → chằm chằm（直盯盯地）
> nhanh（快） → nhanh nhanh（快一點）
> đen（黑） → đen đen（黑黑的）
> chua（酸） → chua chua（酸酸的）
> tròn（圓） → tròn tròn（圓圓的）

– Chỉ thay đổi âm điệu thành thanh bằng đối với những tính từ là thanh hỏi, ngã, sắc, và nặng.（對於問聲、跌聲、銳聲、重聲的形容詞，只需改變詞彙的聲調，讓其聽起來平穩即可。）

> Ví dụ
> · đủ（足夠） → đu đủ（滿一點）
> nhẹ（輕） → nhè nhẹ（輕一點）
> đúng（正確） → đung đúng（正確一點）
> lạnh（冷） → lành lạnh（冷冷的）
> mặn（鹹） → mằn mặn（鹹鹹的）

b) Đối với tính từ có phụ âm cuối là: /p, t, ch, c/（對於子音是「p, t, ch, c」的形容詞。）

– Thanh sắc đổi thành thanh ngang; phụ âm cuối /t/ đổi thành /n/.（銳聲換成平聲；子音「t」改成「n」。）

> Ví dụ
> · ướt（濕） → ươn ướt（濕濕的）
> tốt（好） → tôn tốt（好好的）
> nhát（膽小） → nhan nhát（有點膽小）
> ngọt（甜） → ngon ngọt（甜甜的）

mát（涼）→ man mát（涼涼的）

– Thanh nặng đổi thanh huyền; phụ âm cuối /ch/ thành /nh/.（重聲換成玄聲；子音「ch」改成「nh」。）

> Ví dụ ・sạch（乾淨）→ sành sạch（有點乾淨）

– Thanh sắc đổi thành thanh ngang, phụ âm cuối /c/ thành /ng/.（銳聲換成平聲；子音「c」改成「ng」。）

> Ví dụ ・khác（不一樣）→ khang khác（有點不一樣）

2. may mà…không thì: cấu trúc biểu thị sự việc thực tế xảy ra là một điều may mắn, nếu không thì sẽ là điều không hay.（may mà… không thì：表達實際發生的事件是幸運的，否則會是不幸的事情，意即「幸好……不然就……」。）

> Ví dụ ・*May mà* anh ấy đến kịp, *không thì* cô ấy sẽ trách.
> 幸好他有及時趕到，不然她會責怪他。
>
> ・*May mà* lúc ngã xe, đường vắng, *không thì* rất nguy hiểm.
> 幸好摔車時路上很少車（人），不然會很危險。

3. họa chăng / may ra / họa may: từ biểu thị ý hi vọng không chắc chắn vào một kết quả tốt đẹp có thể xảy ra.（họa chăng / may ra / họa may：口語用法，表示對於某個可能發生的美好結果，抱持著沒有把握的希望，相當於中文的「只有／唯有…才能…。」）

> Ví dụ ・Chỉ có cô giáo *may ra* mới giải thích được bài tập này.
> 只有老師才能講解這份功課。
>
> ・Vấn đề này, *họa chăng* anh ta mới có thể giúp được.
> 唯有他才能幫助解決這個問題。

4. không thể không: cụm từ dùng để khẳng định một hành động nào đó diễn ra là một điều tất yếu. （không thể không：此片語用來強調某種行為的發生是必然的，中文意思為「不能不……」、「不可能不……」。）

---

không thể không ＋動詞／形容詞

Ví dụ

· Ở môi trường đa văn hóa cậu *không thể không* cẩn thận trong khi ứng xử.

在一個有多元文化的環境裡，你不能不慎重應對進退。

· Làm mẹ, *không thể không* yêu con mình vô điều kiện.

作為母親，不可能不會無條件地愛自己的小孩。

Luyện nói 口說練習

1. Theo mẫu, hãy dùng cụm từ "họa chăng / may ra / họa may" để nói về các trường hợp sau: (請依照範例，用「**họa chăng / may ra / họa may**」來描述以下情境。)

VD. Trong kỳ thi giữa kỳ, Minh cảm thấy mình làm bài thi không tốt, cô ấy lấy làm buồn vì điều này. Minh chia sẻ với Vinh:

→ Mình làm bài thi giữa kì không tốt, *may ra* thì không rớt chứ không được điểm cao.

1) An muốn mua vé số với hi vọng có tiền để đi du học ở Anh quốc. Bạn của An nói rằng:

_____

_____

2) Tuấn tiết kiệm tiền để mua xe hơi mà không biết bao nhiêu là đủ. Mẹ của Tuấn nói rằng:

_____

_____

3) Bà ngoại Mai bị bệnh nặng, nếu không được chữa trị kịp thời thì khó qua khỏi. Bác sĩ nói rằng:

_____

_____

4) Minh có việc gấp cần tìm Lan nhưng không biết cô ấy ở đâu. Minh hỏi Vũ và nhận được câu trả lời:

_____

_____

5) Họ bị lạc đường khi đi phượt. Một người bạn trong nhóm nói:

_____

_____

6) Bị người yêu hiểu nhầm, Trung không biết giải thích như thế nào. Bạn của Trung khuyên:

_____

_____

7) Minh Anh quên mật khẩu điện thoại, bạn ấy rất bối rối. Mẹ Minh Anh nói:

_____

_____

8) Xảy ra sự cố lớn trong đời, tâm lý của Minh không ổn định. Bạn của Minh khuyên:

_____

_____

Ngữ vựng 詞彙運用

1. **Hãy dựa vào nội dung của bài hội thoại, tìm từ gần nghĩa nhất để thay thế vào các từ gạch chân.** (請根據會話內容，勾選與畫線詞語意義相近的詞彙。)

   1) Julia chắc không **ưa** sự ồn ào đâu Tùng.

      ☐ A. ưng   ☐ C. muốn

      ☐ B. thích   ☐ D. cả A / B / C đúng

   2) Cậu là lớp trưởng, cũng là chuyên gia tâm lý. Mình không nghe cậu thì nghe ai **chứ**.

      ☐ A. thôi   ☐ C. nào

      ☐ B. nhé   ☐ D. mà

   3) Việc cư xử thận trọng của sinh viên chúng ta còn ảnh hưởng tới hình ảnh của người Việt mình **đó**.

      ☐ A. đấy   ☐ C. mà

      ☐ B. thôi   ☐ D. vậy

   4) Minh Anh đã tới Việt Nam hơn 3 năm, còn Jack mới tới đây **tầm** 5 tháng, cậu ấy chỉ đang thích nghi với môi trường mới mà thôi.

      ☐ A. khoảng   ☐ C. những

      ☐ B. tận   ☐ D. tới

   5) Hôm nay mình mới uống có một ly café, buồn ngủ **ghê**!

      ☐ A. quá trời   ☐ C. quá

      ☐ B. lắm   ☐ D. cả A/B/C đúng

2. Hãy điền vào chỗ trống.（填空）

vồ vập	thất lễ	kín đáo	ứng xử
thận trọng	thế mạnh	nhanh nhẹn	hài hước
thẳng thắn	năng nổ	khép kín	chu đáo

1) Gặp lại nhau sau hơn 10 năm xa cách, họ _____ hỏi han nhau.

2) Mẹ đi làm, bà ở nhà trông em Thành_____ và chuẩn bị cơm nước đầy đủ.

3) Đội ngũ chăm sóc khách hàng của công ty luôn _____ với khách hàng một cách tận tình và chu đáo.

4) _____ của em ấy là kỹ năng giao tiếp xã hội. Nhưng, em ấy cần trau dồi thêm năng lực ngoại ngữ.

5) Em ấy xử lý công việc rất _____ và hiệu quả, không bao giờ trễ hẹn.

6) Biết cách nói chuyện _____ là nghệ thuật cần có trong giao tiếp để cuộc nói chuyện trở nên thú vị hơn.

7) Sinh viên tốt là không nên_____ với thầy cô giáo.

8) Họ đã có một cuộc trao đổi rất _____ về những mâu thuẫn trong hôn nhân.

9) Ông ta _____ trong ứng xử ở mọi lúc mọi nơi.

10) Áo dài Việt Nam trông vừa _____ vừa quyến rũ.

11) Đó là một căn hộ _____với đầy đủ tiện nghi.

12) Em ấy không những học giỏi mà còn _____ trong các hoạt động của khoa Đông Nam Á.

Luyện nghe 聽力練習   ▶MP3-12.3

1. Nghe đoạn hội thoại và lựa chọn đáp án đúng nhất.（請聽對話，並選出最正確的答案。）

1)

  ☐ A. ghét nhau

  ☐ B. yêu nhau

  ☐ C. bạn bè

  ☐ D. trong đoạn hội thoại không có nhắc đến

2)

  ☐ A. giao lưu thể thao

  ☐ B. giao lưu âm nhạc

  ☐ C. giao tiếp thương mại

  ☐ D. giao tiếp bằng tiếng mẹ đẻ

3)

  ☐ A. Hai vận động viên đến từ hai quốc gia đã kết bạn với nhau.

  ☐ B. Vận động viên Đài Loan đã thua trong trận đấu với vận động viên đến từ Việt Nam.

  ☐ C. Họ đang bàn về trận thi đấu cầu lông giữa vận động viên Việt Nam và Đài Loan.

  ☐ D. Cuộc thi Olympic giúp ích cho tình hữu nghị giữa Đài Loan và Việt Nam.

Luyện viết 寫作練習

1. Hãy dùng cấu trúc "may mà...không thì..." để nói về các tình huống sau:（請用文法「**may mà...không thì...**」描述下方情境。）

VD. Sáng nay, do kẹt xe trên đường tới công ty, Minh rẽ hướng khác nên đến kịp giờ họp.

→ *May mà* Minh rẽ hướng khác, *không thì* đã đến phòng họp trễ.

1) Vân đi đổ xăng mà quên mang ví tiền. Lúc đó chồng Vân cũng ghé trạm để đổ xăng.

_____

_____

2) Họ đang lái xe ô tô ở một miền quê vắng vẻ thì xe bị hư. Cả nhà đang lo thì thấy có một quán sửa xe ven đường.

_____

_____

3) Đáng lẽ gia đình họ ngồi tàu ra đảo vào đúng ngày siêu bão đó, nhưng hủy vào phút cuối nên an toàn.

_____

_____

4) Tôi đậu xe không đúng nơi quy định nhưng vì là xe 50 phân khối nên không bị phạt nhiều tiền.

_____

_____

5) Minh Tuyết vừa hoàn thành xong bài báo cáo cuối kỳ thì bị cúp điện.

_____

_____

6) Khi đi du lịch ở nước ngoài, họ bị rơi chứng minh thư. Người dân nhặt được và trả lại cho họ.

_____

_____

7) Bà cố bị bệnh nặng, được gia đình đưa đi điều trị ở Mỹ nên đã bình phục trở lại.

_____

_____

8) Hùng đang thất tình và không biết làm gì cho hết buồn thì Trung đến rủ đi đá bóng.

_____

_____

2. Hãy dùng cấu trúc "không thể không + động từ / tính từ" tạo câu.
（請用文法「**không thể không** ＋動詞／形容詞」造句。）

VD. giảm cân nặng/ hạn chế ăn thực phẩm có nhiều dầu mỡ

→ Để giảm cân nặng *không thể không* hạn chế ăn thực phẩm có nhiều dầu mỡ.

1) bị điểm kém / buồn

_____

2) đến Hà Nội / ăn bún chả Obama

_____

3) làm việc quá sức / ảnh hưởng tới sức khỏe

_____

4) để nói trôi chảy tiếng Việt / thuộc lòng nhiều từ vựng

_____

5) để có sức khỏe tốt / luyện tập thể dục đều đặn

_____

6) bị người khác đánh giá không tốt về mình / giận

_____

7) khi đến Cao Hùng / thăm tòa kiến trúc Phật giáo Quang Sơn

_____

8) sau này nếu trở thành người thành đạt / quên công ơn to lớn của cha mẹ và thầy cô

_____

3. Hãy đặt câu với các từ cho sẵn sau đây:（請用下列提供的詞彙造句）

(1) ứng xử;　　　　(2) bản sắc;　　　　(3) tín ngưỡng;

(4) quan sát;　　　(5) lắng nghe;　　　(6) thích nghi;

(7) may mà…không thì…;　　　　(8) họa chăng;

(9) may ra;　　　(10) không thể không + động từ;

(11) động từ + có;　　(12) trau dồi;　　(13) quảng bá;

(14) ngôn ngữ cơ thể

_____

_____

_____

_____

_____

_____

_____

_____

_____

4. Bài tập đánh máy: Hãy chia sẻ kinh nghiệm của bản thân về việc làm thế nào để giao tiếp tốt trong những môi trường đa văn hóa.

（打字練習：請分享自己如何在多元文化環境中進行良好交流的經驗。）

Bài 13

Sự hài lòng trong cuộc sống

生活中令人滿意的事情

Dẫn đề 課前導讀

Ai cũng tự đặt cho mình những mục tiêu trong học tập, công việc và cuộc sống, đó là động lực để họ cố gắng. Nhưng đôi khi con người ta quá tham lam, có cái tốt rồi lại muốn sở hữu cái tốt hơn. Mọi thứ đều nên có giới hạn. Người hạnh phúc không nhất thiết phải là người giàu, người giỏi mà là những người luôn cảm thấy hài lòng với cuộc sống của mình. Thay vì chạy theo những thứ xa vời, họ tìm niềm vui ở những điều nhỏ bé, đơn giản. Khi tự mình biết trân trọng hiện tại, con người chắc chắn sẽ không bị áp lực nhiều như hiện nay.

Ý kiến cá nhân 個人意見

*1. Theo bạn, cụm từ "**hài lòng với chính mình**" có nghĩa là gì? Bạn có cho rằng trong cuộc sống hiện đại, nhịp sống quá nhanh là lý do khiến cho con người ta luôn sống trong trạng thái căng thẳng và mệt mỏi?*

2. Bạn có cho rằng người hay tự ti với vẻ bề ngoài của bản thân mình là người không biết hài lòng với cuộc sống hiện có?

Ngân: Xong việc ở văn phòng, con *liền* về nhà ngay nè. Để con phụ má nha? Má qua bên kia ngồi nghỉ xíu đi, lưng má còn chưa đỡ đau mà.

Má: Thôi, má đang dở tay dọn dẹp, để má làm *cho xong* rồi cơm nước.

Ngân: Mà mốt con định dẫn bạn trai về nhà, giới thiệu với gia đình mình, được chứ ạ?

Má: Ngày mai, đưa về nhà giới thiệu *liền* cho nóng (hihi). Con mà dẫn bạn trai về thì má sẽ nấu vài món ngon ơi là ngon để đãi khách quý. Bạn con tên gì vậy?

Ngân: Tên Tùng ạ. Nhà anh ấy nghèo lắm, không dư giả như nhà người ta đâu. Ba anh ấy mất sớm, còn má thì bệnh quanh năm.

Má: Má đâu có đòi làm thông gia với nhà giàu, *cái quan trọng* là hai đứa thương nhau. Chàng trai ấy thế nào?

Ngân: Anh ấy là kỹ sư, nhanh nhẹn, vui vẻ và tốt bụng.

Má: Đàn ông như vầy thì còn gì bằng nè.

Ngân: Bạn bè con đều mong lấy được chồng giỏi *này*, gia đình khá giả *này*. Như cái Lan đó, lấy chồng giàu cả họ được nhờ. Con mà quen anh Tùng thì chắc nhiều đứa sẽ nói là con bị khùng ấy.

Má: Đừng nên so sánh mình với bất cứ ai. Còn nhớ cái ngày mà con chuyển công ty không? Con đã nói gì với má?

Ngân: Con nhớ chứ. Con thích công ty mới vì môi trường làm việc tốt và thoải mái hơn.

Má: Và vì thế mà con đã gắn bó với công ty ấy trong suốt 5 năm qua, dù rằng mức lương không bằng công ty cũ?

Ngân: Con hiểu rồi ạ! Ý má là mình nên biết hài lòng với cuộc sống? Không nên đòi hỏi cao quá?

Má: Khi trưởng thành, ai cũng có thể ước mơ nhưng nên biết dừng lại đúng lúc. Cơ hội đâu phải lúc nào cũng chờ đợi mình.

Ngân: Lỡ chọn sai thì sao ạ?

Má: Sai hay đúng chỉ là trong tương đối mà thôi. *Không lẽ* khi xảy ra chuyện là chia tay *sao*? Hãy sống đơn giản. Con hiểu chứ?

Ngân: Con hiểu ạ. Có những cặp thanh mai trúc mã, họ yêu nhau những 10 năm trời rồi mới tiến tới hôn nhân, thế mà *suýt nữa* họ lại kiện nhau ra tòa đấy. Có lẽ họ chưa có đủ *lòng bao dung* với nhau, hả má?

Má: Đúng vậy. Má tin là tụi con sẽ hạnh phúc, thật đó.

Ngân: Thực ra, con chỉ cần một cuộc sống đủ ăn đủ xài, vui vẻ thôi.

Má: Tiền bạc là để đảm bảo rằng chúng ta có *cái* ăn *cái* mặc nhưng nếu gia đình không thấu hiểu nhau, thì dù có nhiều tiền đi chăng nữa cũng không quan trọng.

Ngân: Vâng. Con hiểu rồi.

1. Dựa theo nội dung của bài hội thoại, hãy trả lời các câu hỏi sau đây: (請根據會話內容，回答下列問題。)

1) Tại sao Ngân lại muốn phụ má lau nhà?

2) Em hiểu gì về câu nói *"lấy chồng giàu cả họ được nhờ"*?

3) Cái mà người mẹ mong muốn con mình có được là gì?

4) Lý do mà Ngân muốn gắn bó với công ty đã 5 năm mặc dù lương ở công ty mới ít hơn ở công ty cũ?

5) Theo em, lòng bao dung và sự tôn trọng đóng vai trò gì trong cuộc
   sống của chúng ta?

**2. Hãy chọn Không (K), Đúng (Đ) hay Sai (S) theo nội dung của bài
   đọc.**（請根據會話內容，勾選「是」（**Đúng**）或「非」（**Sai**）或「沒
   有提及」（**Không**）。）

	Đúng / Sai / Không
1) Vì lưng má bị đau nên thích làm việc nhà để cho cơ thể khỏe mạnh và dẻo dai hơn.	○ Đ ○ S ○ K
2) Ngày mốt, má muốn Tùng đến nhà ăn cơm là để bàn chuyện cưới xin, tương lai của con gái họ.	○ Đ ○ S ○ K
3) Vì Tùng vất vả nuôi các em ăn học nên gia đình rất nghèo.	○ Đ ○ S ○ K
4) Con gái thời nay đều mong tìm được một tấm chồng vừa giàu vừa giỏi.	○ Đ ○ S ○ K
5) Theo má của Ngân, có được tấm chồng tốt mới chính là món quà mà trời phật tặng cho họ.	○ Đ ○ S ○ K
6) Ngân thích công việc hiện tại vì môi trường làm việc thoải mái hơn.	○ Đ ○ S ○ K
7) Ngân là người hoàn hảo vì cho rằng sống đủ ăn đủ tiêu là được.	○ Đ ○ S ○ K
8) Má cho rằng tiền bạc là cần thiết nhưng nếu hai người không hiểu nhau thì tiền cũng chẳng quan trọng nữa.	○ Đ ○ S ○ K

Từ mới 生詞 ▶MP3-13.2

lau nhà	擦地、拖地	lòng bao dung	包容心
dở tay	正忙於（做什麼）	phấn đấu	奮鬥
thông gia	聯姻、變成親家	thấu hiểu	理解透徹
mức lương	薪水、薪資	tòa / tòa án	法庭、法院
dẫn	帶	khùng	神經病、瘋
dư giả	富裕	gắn bó	相依相存、（緊密）伴隨
quanh năm	長年、整年	đòi hỏi	要求
nhanh nhẹn	敏捷	tương đối	相對
lỡ	如果不小心、……的話	kiện	告、訴訟
thanh mai trúc mã	青梅竹馬	ước mơ	夢想
môi trường	環境	đãi khách	款待客人

Ngữ pháp 文法

1. cho rồi / cho xong: cụm từ khẩu ngữ đặt ở cuối câu, dùng để biểu thị ý làm một việc gì đó để tránh phiền phức.（cho rồi / cho xong：口語詞彙，放置在句末，用來表示「為了避免麻煩而做某事」之意。）

> **Ví dụ**

· Tìm mãi mà không thấy quán ăn Việt Nam ở gần, ăn đồ Thái *cho rồi*.

一直找，卻找不到附近有越南小吃店，乾脆吃泰式料理算了。

· Lấy chồng mà khổ thì ở vậy *cho xong*.

嫁人會很辛苦的話，那乾脆就繼續這樣子好了。（單身自己住）

2. này…này…: cấu trúc dùng trong khẩu ngữ để nhấn mạnh những đặc tính của một sự vật hay một hành động.（này…này…：口語用法，用來強調某種事物、行動的特性，相當於中文的「……啊、……啊。／……呀、……呀。」。）

> **Ví dụ**

· Bạn bè con đều mong lấy được chồng giỏi *này*, gia đình khá giả *này*.

我的朋友們都希望能嫁給有錢的老公啊、富裕的家庭啊。

· Thằng bé nói được tiếng Anh *này*, tiếng Đức *này*, tiếng Việt *này*, tiếng Trung *này*.

小男孩會說英文呀、德文呀、越南語呀、中文呀。

3. chẳng lẽ / chẳng nhẽ / không lẽ / lẽ nào: cụm từ biểu thị ý nghi vấn, phủ định hay phỏng đoán hay có phần hoài nghi mà người nói cho rằng nó là điều vô lí, không như vậy được.（chẳng lẽ / chẳng nhẽ / không lẽ / lẽ nào：用來表達疑問、否定、猜測、部分懷疑，表示說話者認為其為毫無道理，不應如此。意即「難道」。）

> **Ví dụ**

· Tôi là mẹ, *chẳng lẽ* lại không hiểu con mình cần gì hay sao?

我是母親，難道會不瞭解自己小孩需要什麼嗎？

· *Lẽ nào* em ấy lại nói dối mình ha?

難道她會對我說謊嗎？

4. suýt / suýt nữa: phụ từ, dùng để biểu thị ý thiếu chút nữa là sự việc đã xảy ra, thường là điều không hay.（suýt / suýt nữa：副詞，用來表示「差一點事情就要發生」之意，且通常是不好的事情。意即「差點」。）

| Ví dụ |

· *Suýt nữa* thì tôi đã muộn chuyến tàu.

我差點就要錯過航班。

· Ngã xe máy, *suýt* xảy ra tai nạn.

機車倒下來，差點釀成車禍。

5. liền: phụ từ dùng để biểu thị ý "ngay lập tức".（liền：副詞，用來表示「立刻、馬上」之意。）

| Ví dụ |

· Mẹ tôi uống thuốc Đài Loan có ba ngày là khỏi *liền*.

我媽媽只吃三天臺灣的藥，就馬上痊癒了。

· Nhận được cuộc gọi tôi *liền* đi *ngay*.

接到來電，我就馬上出發。

1. Theo mẫu, hãy dùng cụm từ "chẳng lẽ / chẳng nhẽ / không lẽ / lẽ nào" để biểu thị ý nghi vấn, phủ định trong các mẫu hội thoại ngắn sau đây: （請依照範例，在以下對話中用「**chẳng lẽ / chẳng nhẽ / không lẽ / lẽ nào**」等詞彙，來表達疑問、否定。）

VD. Tối nay mình không thể tham dự tiệc chia tay của bạn.

→ Cậu là bạn thân nhất của mình mà, *lẽ nào* lại không đến tạm biệt mình một câu hả?

1) Nó cứ khóc hoài, nói mãi mà chẳng chịu nghe.

_____

2) Trang theo gia đình sang Đài Loan định cư rồi.

_____

3) Sếp giao nhiệm vụ mà nó dám cãi lại, không chịu thực hiện theo.

_____

4) Còn 2 tuần nữa là kỳ học mới bắt đầu rồi, thầy giáo vẫn chưa bay sang Đài Loan.

_____

5) Ngày mai, mọi người được nghỉ lễ thì tôi lại phải đi làm cả ngày. Buồn ghê ấy!

_____

6) Ngọc Văn nghe hiểu cả 4 thứ ngoại ngữ cơ đấy. Thật ngưỡng mộ à!

_____

7) Tuấn là một sinh viên cực kì xuất sắc, chẳng hiểu sao lại không xin được học bổng của Chính phủ Đài Loan.

---

8) Vấn đề này phức tạp quá à, mình nghĩ mãi mà không tìm ra cách giải quyết.

Ngữ vựng 詞彙運用

1. Hãy dựa vào nội dung của bài hội thoại, tìm từ gần nghĩa nhất để thay thế vào các từ gạch chân. （請根據會話內容，勾選與畫線詞語意義相近的詞彙。）

1) Má đâu có đòi làm thông gia với nhà giàu, ***cái*** quan trọng là hai đứa thương nhau.

   ☐ A. điều   ☐ C. nỗi

   ☐ B. buổi   ☐ D. niềm

2) Đàn ông ***như vầy*** thì còn gì bằng nè.

   ☐ A. như thế này   ☐ C. như thế đó

   ☐ B. như thế vậy   ☐ D. như thế nào

3) Khi trưởng thành, ***ai cũng*** có thể ước mơ nhưng nên biết dừng lại đúng lúc. Cơ hội đâu phải lúc nào cũng chờ đợi mình.

   ☐ A. người nào cũng   ☐ C. ai ai cũng

   ☐ B. tất cả mọi người đều   ☐ D. A/ B / C đúng

4) ***Không lẽ*** khi xảy ra chuyện là chia tay ***sao***? Hãy sống đơn giản.

   ☐ A. Chẳng nhẽ…à?   ☐ C. A và B đúng

   ☐ B. Lẽ nào…à?   ☐ D. A và B sai

5) Có những cặp thanh mai trúc mã, yêu nhau những 10 năm trời rồi mới tiến tới hôn nhân, ***thế mà*** suýt nữa họ kiện nhau ra tòa đấy.

   ☐ A. nhưng   ☐ C. ấy vậy mà

   ☐ B. vậy mà   ☐ D. cả A/B/C đúng

6) Có lẽ họ chưa có đủ ***lòng*** bao dung với nhau, phải không má?

   ☐ A. sự   ☐ C. việc

   ☐ B. niềm   ☐ D. điều

Luyện nghe 聽力練習　　　　　　　　　　　　　　▶MP3-13.3

1. Hãy nghe đoạn hội thoại và lựa chọn đáp án đúng nhất.（請聆聽對話，並選出最正確的答案。）

1)

　　☐ A. thi rớt vào trường trung học phổ thông

　　☐ B. thi đỗ vào trường trung học phổ thông

　　☐ C. thi rớt vào trường đại học

　　☐ D. thi đỗ vào trường đại học

2)

　　☐ A. một chiếc xe đạp cũ

　　☐ B. một chiếc xe hơi cũ

　　☐ C. một chiếc xe máy cũ

　　☐ D. một chiếc xe đạp điện cũ

3)

　　☐ A. mua xe cho con

　　☐ B. nuôi con ăn học

　　☐ C. tìm việc làm cho con

　　☐ D. thi đỗ vào trường đại học

Luyện viết 寫作練習

1. Theo mẫu, hãy dùng cấu trúc "này…này…" để chuyển đổi các câu sau sao cho phù hợp nhất. (請依照範例，用文法「**này…này…**」把下列各句改寫成最合理的句意。)

VD. Ai cũng thích Vân vì bạn ấy vừa ngoan vừa giỏi.

→ Ai cũng thích Vân vì bạn ấy ngoan *này*, giỏi *này*.

1) Căn hộ này rất tiện nghi, có những 4 phòng ngủ và một hệ thống lọc không khí.

_____

_____

2) Sinh viên trường Đại học Chính Trị rất xuất sắc, vừa giỏi kiến thức vừa thông thạo ngoại ngữ.

_____

_____

3) Trợ giảng là người Việt Nam nhưng thông thạo cả tiếng Anh và Trung.

_____

_____

4) Chúng ta nên tổ chức đi dã ngoại vào cuối tuần này, vì có nhiều người rảnh và thời tiết cũng đẹp.

_____

_____

5) Em rất xinh khi mặc chiếc váy màu hồng này, nhìn em vừa đẹp vừa sang trọng.

_____

_____

6) Tuấn tốt bụng, đẹp trai và có công việc ổn định. Con nên chọn một người đàn ông như Tuấn làm chồng.

_____

_____

7) Các em có thể cân nhắc làm việc cho những công ty Đài Loan tại Việt Nam, môi trường làm việc năng động với mức lương thưởng cao.

_____

_____

8) Đến với Đài Loan, bạn không những được chiêm ngưỡng vẻ đẹp của thiên nhiên kỳ vĩ mà còn được thưởng thức ẩm thực đặc sắc.

_____

_____

2. Theo mẫu, hãy dùng cụm từ "cho rồi / cho xong" để nói về các tình huống sau đây:（請依照範例，用「**cho rồi / cho xong**」描述下方各情境。）

VD. Họ đi đến sân vận động Quốc gia Cao Hùng mua vé xem bóng đá nhưng người đông, phải xếp hàng dài. Một người nói:

→ Thôi, đông người lắm! Chờ mua được vé thì hết cả ngày. Chúng ta ở nhà vừa uống bia vừa xem tivi *cho rồi*.

1) Mặc dù Hải tốt nghiệp chuyên ngành kinh tế nhưng cô ấy lại thích nghiên cứu về ngôn ngữ tiếng Việt. Một sinh viên nói:

_____

_____

2) Đi xem hát chèo mà sinh viên chẳng hiểu gì. Một bạn nói:

_____

_____

3) Mọi người chờ đợi khá lâu mà chương trình biểu diễn văn nghệ vẫn chưa bắt đầu. Một người nói:

_____

_____

4) Linh và chồng cô ấy vay tiền của ngân hàng để xây nhà, hàng tháng phải trả lãi suất rất cao. Mẹ của Linh nói:

_____

_____

5) Mẹ Quý đi chợ thấy hoa quả rẻ nên mua rất nhiều về ăn dần, nhưng lại mua phải hoa quả kém chất lượng. Ba của Quý nói:

_____

_____

6) Mặc dù rất bận việc học hành nhưng Chinh vẫn tham gia chuyến đi dã ngoại của lớp. Sau đó, Chinh thi rớt. Mẹ của Chinh nói:

_____

_____

7) Minh đang trình bày về một vấn đề quan trọng thì bị Kim nói chen ngang. Minh tức giận và nói:

_____

_____

8) Trận đấu giữa U22 Việt Nam và U22 Thái Lan, thủ môn bắt kém nhưng huấn luyện viên không thay người. Vận động viên nói:

_____

_____

3. Theo mẫu, hãy dùng "suýt / suýt nữa" để nói về các tình huống sau: (請依照範例，用「**suýt / suýt nữa**」描述下方各情境。)

VD. Sức khỏe của bà cố ngày càng yếu. Sáng nay khi bước lên lầu, bà thấy chóng mặt, muốn ngã. May mà có con dâu đi bên cạnh.

→ Bà cố *suýt* ngã, may mà có con dâu đi bên cạnh nên không sao.

1) Ông ấy là một ứng viên sáng giá cho vị trí Thị trưởng thành phố Đào Viên nhưng không đắc cử vì thua đối thủ vài phiếu bầu.

_____

_____

2) Anh ta định bán chiếc xe hơi để có tiền trả nợ do làm ăn thua lỗ nhưng sau đó được gia đình hỗ trợ nên không phải bán xe hơi nữa.

_____

_____

3) Trong thời gian học tập ở trường, Nguyệt thường xuyên cúp học do tâm lý bất ổn. Lẽ ra Nguyệt bị đuổi học, may mà có cô giáo giúp đỡ và xin giúp nên Nguyệt được tiếp tục đi học.

_____

_____

4) Bà ấy bị bệnh nặng, tưởng sẽ chết. Gia đình đưa bà ấy sang Mỹ chữa bệnh nên qua khỏi. Giờ này, bà ấy đã có thể đi lại và nói chuyện bình thường.

_____

_____

5) Do có mưa bão lớn nên chuyến bay gặp trục trặc khi hạ cánh. May mà tất cả các hành khách đều an toàn, không có thiệt hại gì về người và của.

_____

_____

6) Do sự khác biệt về văn hóa nên một số người nước ngoài đã có một số hành động đi ngược lại với phong tục và tập quán của người bản địa. Họ sau đó được tha thứ vì lỗi đó không nghiêm trọng.

_____

_____

4. Theo mẫu, hãy thêm từ "liền" vào các câu sau. (chú ý từ in nghiêng) （請依照範例，將「**liền**」加入下列句子。請注意斜體字。）

VD. Sau khi thi đạt trình độ C2 tiếng Việt, tôi viết thư thông báo cho cô giáo *ngay*.

→ Sau khi thi đạt trình độ C2 tiếng Việt, tôi *liền* viết thư thông báo cho cô giáo *ngay*.

1) Xin phép mẹ cho con xem xong bộ phim này nữa. Con sẽ đi ngủ *ngay* ạ.

_____

2) Học hết 3 năm đại học ở Đài Loan, cô ấy đi Việt Nam thực tập *ngay*.

_____

3) Nghe nói ông ấy mới từ bệnh viện về, tôi đến thăm *ngay*.

_____

4) Vừa hết bão, tất cả các chuyến bay từ Đài Loan đều cất cánh.

_____

5) Vừa ngủ dậy, Thành ăn *ngay* 5 thỏi sô-cô-la nên bị mẹ la.

_____

6) Nhận được tiền học bổng, Mai sắm cho mình một chiếc máy tính xách tay mới.

_____

7) Nói là phải làm, chứ không thì nó quên mất.

_____

8) Sau khi tan học, Mai đi *ngay* đến nhà hàng nơi mà Lan đi làm thêm để kiếm tiền trang trải học phí.

_____

5. Hãy đặt câu với các từ cho sẵn:（請用下列提供的詞彙造句。）

(1) nhịp sống;　　　(2) liền + động từ;　　　(3) cho xong/ cho rồi;

(4) gắn bó;　　　(5) đòi hỏi;　　　(6) không lẽ…hay sao?;

(7) suýt nữa;　　　(8) lòng bao dung;　　　(9) tận hưởng;

(10) thấu hiểu

_____

_____

_____

_____

_____

_____

_____

_____

6. Bài tập đánh máy: Hãy chia sẻ kinh nghiệm của bản thân em về cách để tạo ra sự hài lòng trong học tập và công việc.（打字練習：請分享自己如何在課業及工作中創造滿足感的經驗。）

Bài 14

Sự kiện
nổi bật

重大事件

Dẫn đề 課前導讀

Sau một quãng thời gian dài tất bật, chúng ta cần có thời gian để nhìn lại, phân tích những gì đã và chưa đạt được. Như lệ thường, top các sự kiện tiêu biểu được nhiều trang báo và các đơn vị uy tín bầu chọn. Đó có thể là một vài quyết định mang tầm cỡ quốc tế hoặc là những sự kiện có giá trị văn hóa, giáo dục cao. Đặc biệt là một số đề tài nóng hổi được nhiều người quan tâm và bình phẩm, vì sức ảnh hưởng lớn của nó tới đời sống vật chất và tinh thần của nhân dân. Đôi khi, nó còn bao gồm cả những điều mang tính tiêu cực. Điều quan trọng, chúng ta cần phải đưa ra những định hướng đúng đắn cho quý tới, năm tới.

Ý kiến cá nhân 個人意見

1. Bạn có biết sự kiện nổi bật nào của Việt Nam trong quãng thời gian gần đây được giới truyền thông trong và ngoài nước chú ý đến hay không? Nếu có, hãy chia sẻ.

2. Hãy kể ra một vài sự kiện văn hóa, kinh tế và chính trị nổi bật của Đài Loan trong quãng thời gian gần đây.

Hội thoại 會話 ▶MP3-14.1

Cuộc hội thoại giữa sếp và biên tập viên:

Sếp: Tôi gọi điện thoại cho cậu mấy lần mà toàn thấy máy bận. Bận gì vậy?

Quân: Bữa nay bận lắm, mong sếp thông cảm *cho*. Em Thanh Xuân lấy chồng nên đi hưởng tuần trăng mật ở tận châu Âu rồi. Em đang phải gồng mình để làm thay việc cho em ấy đấy.

Sếp: *Hóa ra* là vậy. Giới trẻ bây giờ sướng thật ấy nhỉ, sang cả trời Tây để hưởng tuần trăng mật cơ à.

Quân: Chồng Thanh Xuân là đại gia mà. Mà sếp giao việc gì cho em ạ?

Sếp: Nhắc cậu đừng quên viết bài "các sự kiện nổi bật trong quý I của năm" nhé. Dựa trên bảng thống kê bình chọn các sự kiện, cậu lựa ra mười sự kiện quan trọng nhất thôi.

Quân: Hạn là ngày nào ạ?

Sếp: Cho cậu một ngày để xây dựng khung bài và một ngày hoàn thiện *xong xuôi* nha.

Quân: Có lưu ý gì về nội dung không ạ?

Sếp: Bài này sẽ ghim lên trang nhất, quý I trong năm. Cậu nhớ bám theo danh sách thứ tự quan trọng của các sự kiện nhé.

Quân: Dù tình hình chính trị trong nước có sở hữu lượt quan tâm theo dõi không cao lắm nhưng nó lúc nào cũng được ưu tiên hàng đầu (haha).

Sếp: Liên quan tới chính trị thì miễn bàn luận (cười nguy hiểm).

Quân: Thứ hai là kết quả tăng trưởng và các chỉ tiêu kinh tế - xã hội. Cái này là hợp lý, người dân nên nắm được.

Sếp: Duyệt! Kinh tế phát triển, xã hội ổn định thì cuộc sống người dân mới bớt khổ được.

Quân: Tiếp theo là việc kỷ luật hàng loạt cán bộ cấp cao. Quả vậy, toàn là những đại án chấn động dư luận. Mục này quan trọng, phải viết mười dòng *là ít*.

Sếp: Thứ bốn là thành công của bóng đá, cậu biết phải làm gì rồi chứ?

Quân: Trời à! Có tổng biên tập mê bóng đá hơn cả mê bà xã, em nào dám viết dở (hihi). Đội tuyển Việt Nam thể hiện tinh thần đoàn kết, kết quả thi đấu trên cả tuyệt vời.

Sếp: Vậy tập trung làm đi (haha)! Các chủ đề còn lại, tùy cậu chọn. Nhớ phải sàng lọc kỹ càng, đừng bỏ sót mấy vụ bê bối của ngành giáo dục nhé.

Quân: Sửa điểm, bằng giả, học sinh bị ngộ độc thực phẩm ở các trường bán trú...đều không thể chấp nhận được. Giáo dục nói thì hay, nhưng làm thì *lại* dở.

Sếp: Vậy thì viết cho tốt vào. Tâm huyết và cảm xúc của nhà báo nằm hết ở tác phẩm của họ đấy.

Quân: Viết hay có thưởng không nè? Dạo này em bị quá tải đó sếp. Đã 1 tháng rồi em *không biết* nghỉ ngơi *là gì*.

Sếp: Cậu cứ yên trí đi. Xong bài này, cậu sẽ được nghỉ phép 3 ngày.

Quân: Nhớ giữ lời nha sếp (cười sảng khoái).

1. Hãy dựa theo nội dung của bài hội thoại, trả lời các câu hỏi sau đây: (請根據會話內容回答下列問題。)

1) Gần đây, lí do gì làm Quân rất bận?

2) Thanh Xuân là ai và đang làm gì?

3) Quân viết bài "Mục sự kiện quý I trong năm" dựa theo tiêu chí nào?

4) Thời gian để hoàn thành bài viết là trong bao lâu?

5) Theo Quân và sếp của Quân, tại sao chỉ tiêu về kinh tế - xã hội lại quan trọng?

6) Đại án gây chấn động dư luận Việt Nam gần đây là gì?

7) Tại sao Quân nói "Giáo dục nói thì hay nhưng làm thì lại dở"?

2. Hãy chọn Đúng (Đ) hay Sai (S) hay Không (K) theo nội dung của bài hội thoại. (請根據會話內容，勾選「是」（**Đúng**）或「非」（**Sai**）或「沒有提」及（**Không**）。)

	Đúng / Sai / Không
1) Sếp gọi điện thoại cho Quân mà thấy máy bận mấy lần, tìm hoài mà không được nên rất tức giận.	○ Đ ○ S ○ K
2) Sếp nói là: "Em Thanh Xuân sướng nhỉ, được nghỉ phép cả 1 tháng để đi hưởng tuần trăng mật ở châu Âu cơ à".	○ Đ ○ S ○ K
3) "Các sự kiện nổi bật trong năm" sẽ được ghim lên trang nhất là một bài viết quan trọng.	○ Đ ○ S ○ K
4) Người Việt Nam thích đọc những tin tức liên quan đến kỷ luật hàng loạt các cán bộ cao cấp vì đó là những đại án gây chấn động.	○ Đ ○ S ○ K
5) Quân nói rằng vì sếp và tổng biên tập đều khoái xem bóng đá nên không dám viết dở.	○ Đ ○ S ○ K
6) Sếp để cho Quân tự quyết định các chủ đề sau nhưng cần phải lựa chọn kỹ càng, có sàng lọc.	○ Đ ○ S ○ K
7) Vụ bê bối giáo dục cần được quan tâm như: sửa điểm, bằng giả, vấn đề về ngộ độc thực phẩm…	○ Đ ○ S ○ K
8) Một tác phẩm văn chương hay là khi người đọc chú ý đến tác phẩm ấy, cảm nhận được tâm huyết và cảm xúc của người viết.	○ Đ ○ S ○ K

Từ mới 生詞 ▶MP3-14.2

tuần trăng mật	蜜月	chỉ tiêu	指標
gồng mình	肩負、硬撐、撐住	góc nhìn	視角
thống kê	統計	bao quát	全面、涵蓋、包括
bình chọn	評選	hàng loạt	一系列、一連串
dở dang	未完成的、不完全的	cập nhật	更新
tổng hợp	綜合的、統合的	xử án	辦案、審案
khung bài	文章架構、結構	chấn động	轟動、震撼
ghim	別上、插上	bán kết	半準決賽
bám theo	緊跟著、切合	lâng lâng	飄飄然
theo dõi	觀察、追蹤	sàng lọc	篩選、淘汰
tăng trưởng	增長	bỏ sót	遺漏、缺漏
ngộ độc	食物中毒	yên trí	放心、無需擔心
vụ bê bối	醜聞	tâm huyết	心血
máy bận	忙線	nắm	掌握、抓住
lượt quan tâm theo dõi	關注度	duyệt	批閱、核准
quả vậy	果真如此	kỷ luật	懲戒、紀律
đại án	重大案件、事件	bằng giả	假文憑
tất bật	勞碌、忙碌		

Ngữ pháp 文法

1. động từ / tính từ + cho: dùng để đề nghị hay yêu cầu ai đó với hi vọng rằng điều đó có thể được chấp nhận. （動詞／形容詞＋cho：放在動詞、形容詞後面，用來對某人提出某種建議或要求，並期許被接受。）

動詞／形容詞＋ **cho**

Ví dụ
· Đề nghị anh ra khỏi nhà *cho*.

麻煩你離開（這間屋子）。

· Nếu cô không hiểu thì để em giải thích *cho*.

如果你不懂，那讓我來幫忙解釋吧。

· Chị thông cảm *cho*, nhà hết tiền rồi.

我們家沒錢了，請你通融一下。

2. hóa ra / thế ra / thì ra / té ra: cụm từ khẩu ngữ, dùng để biểu thị ý điều sắp nói ra là bất ngờ, không phải như họ từng nghĩ. （hóa ra / thế ra / thì ra / té ra：口語用法之片語，用來表達準備說出的事情會出乎所料，或並非他人所想那樣。多數情況可以翻譯成「原來」。）

Ví dụ
· *Hóa ra* là vậy. Giới trẻ bây giờ sướng thật ấy nhỉ, sang cả trời Tây để hưởng tuần trăng mật cơ à.

原來是這樣。現在年輕人日子真好過，還能到歐美去度蜜月喔。

· Bài tập này tưởng khó *té ra* lại dễ.

還以為這作業很難，結果很簡單。

3. ...không biết...là gì: Cấu trúc dùng để nhấn mạnh sự phủ định hoàn toàn.（...**không biết...là gì**：用來強調完全否定之文法，相當於中文的「⋯⋯不知道⋯⋯是什麼」。）

---

không biết / chẳng biết / chả biết / đâu biết ＋動詞／形容詞＋ **là gì**

> Ví dụ
>
> · Đã ba tuần rồi em *không biết* nghỉ ngơi *là gì*.
>
> 已經有三個禮拜，我都不知道休息是什麼了。（很久沒有好好休息）
>
> · Mặc dù đã ăn mấy bát cơm rồi mà thằng bé *không biết* no *là gì*.
>
> 儘管已經吃了好幾碗飯，但小男孩還是不知道飽是什麼。（還不飽）

4. ...là ít: trợ từ cuối câu dùng để biểu thị ý số lượng được nói tới là tối thiểu, có thể nhiều hơn.（...**là ít**：語尾助詞，用來表示最低數量，但也有可能更多，相當於中文的「至少」。）

> Ví dụ
>
> · Mỗi ngày con tôi ăn hai bát cơm *là ít*.
>
> 我小孩一天至少吃兩碗飯。
>
> · Cô ấy làm việc mười hai tiếng một ngày *là ít*.
>
> 她一天至少工作十二小時。

5. xong xuôi: cụm từ dùng để biểu thị ý để cho một hành động hay một sự việc được thực hiện một cách "hoàn toàn và trọn vẹn".（**xong xuôi**：口語用法之片語，用來表示某個行為或事件能夠「完全和圓滿地」執行，相當於中文的「⋯⋯好／完／完成」。）

> Ví dụ
>
> · Cho cậu một ngày để xây dựng khung bài và một ngày hoàn thiện *xong xuôi*.
>
> 給你一天來建立文章架構和一天來更臻完善。
>
> · Khi tôi biết chuyện thì mọi việc đã *xong xuôi* rồi.
>
> 當我知道這件事情的當下，所有東西都已經完成了。

Luyện nói 口說練習

1. Hãy dùng cụm từ "hóa ra / thế ra / thì ra / té ra" để nói về các tình huống sau đây:（請用「**hóa ra / thế ra / thì ra / té ra**」等片語描述下方情境。）

VD. Chúng tôi là bạn học thời đại học ấy. Một người khác nói:

→ *Thế ra* hai bạn là người quen rồi. Đúng là trái đất này nhỏ bé quá.

1) Chồng cũ của cô giáo chúng tôi là người Đức ấy. Một người khác nói:

_____

2) Nhà nó nghèo nên phải làm lụng vất vả để nuôi cả gia đình. Một người khác nói:

_____

3) Ba bạn ấy là Thị trưởng thành phố Đài Nam đấy. Một bạn khác nói:

_____

4) Vinh sẽ đi du học Canada vào tháng 9 năm nay. Hải nói:

_____

5) Tâm nhìn thấy Mai đeo vàng đầy người, tưởng rằng Mai giàu lắm nhưng thực ra là vàng giả mua ở ngoài chợ về đeo. Tâm nói với Khánh:

_____

6) Cô ấy không đến dự tiệc đầy tháng của con chị là vì bận đi hẹn hò với bạn trai. Một người khác nói:

_____

7) Sau khi bị người khác chơi một vố đau, Lan mới nhận ra đâu là bạn tốt. Lan nói với cô bạn thân:

_____

8) Hùng đi buôn nhà đất nhưng mua phải mảnh đất đang quy hoạch nên công ty bị phá sản. Hùng nói với bố mẹ:

_____

Ngữ vựng 詞彙運用

1. Hãy dựa vào nội dung của bài hội thoại, tìm từ gần nghĩa nhất để thay thế vào các từ gạch chân.（請根據會話內容，勾選與畫線詞語意義最相近的詞彙。）

1) Bữa nay bận lắm, mong sếp thông cảm *cho*.

☐ A. ạ   ☐ C. ư

☐ B. đấy   ☐ D. cơ

2) Em đang phải *gồng mình* làm thay việc cho em ấy đấy.

☐ A. cố gắng hết sức để   ☐ C. A / B đúng

☐ B. nỗ lực hết sức để   ☐ D. A / B sai

3) Dựa trên bảng thống kê bình chọn các sự kiện, cậu *lựa ra* 10 sự kiện quan trọng nhất thôi.

☐ A. chọn ra   ☐ C. lọc ra

☐ B. tìm ra   ☐ D. cả A / B / C đúng

4) Cậu nhớ *bám* theo danh sách thứ tự quan trọng của các sự kiện nhé.

☐ A. dựa   ☐ C. A / B đúng

☐ B. đi   ☐ D. A / B sai

5) Liên quan tới chính trị thì *miễn* bàn luận.

☐ A. khỏi   ☐ C. phải

☐ B. nên   ☐ D. cần

6) Kinh tế phát triển và xã hội ổn định thì cuộc sống người dân mới *bớt* khổ được.

☐ A. giảm   ☐ C. đỡ

☐ B. tăng   ☐ D. cắt

7) Những việc đó cần xử lý từ lâu rồi *mới phải*.

☐ A. mới mẻ   ☐ C. mới thật

☐ B. mới đúng   ☐ D. mới vậy

8) Viết hay có thưởng không *nè*? Dạo này em bị quá tải đó sếp.

  ☐ A. vậy   ☐ C. này

  ☐ B. đấy   ☐ D. cả A / B / C đúng

2. Dựa theo nội dung của đoạn hội thoại, hãy tìm định nghĩa phù hợp nhất cho các từ sau:（請根據會話內容，從最下面的 **5** 個選項中，分別找出最符合下列詞語的定義。）

gồng mình (1);   việc dở dang(2);   hàng loạt (3);

vụ bê bối (4);   cảm giác lâng lâng(5)

1) Người nào đó đang ở trạng thái nhẹ nhàng, rất dễ chịu.

2) Việc làm còn chưa xong nhưng phải dừng lại để làm việc khác.

3) Sự kiện hay tin tức gây náo động lòng người, mang tính chất nghiêm trọng.

4) Một hành động hay một sự việc diễn ra với số lượng lớn trong cùng một thời điểm.

5) Ai đó cần cố gắng hết sức để làm một việc gì đó.

1. Hãy nghe đoạn hội thoại và lựa chọn đáp án đúng nhất.（請聆聽對話，並選出最正確的答案。）

1)

    ☐ A. do bệnh dịch

    ☐ B. do chuyến bay bị hoãn

    ☐ C. do chuyến bay bị hủy

    ☐ D. do chiến tranh

2)

    ☐ A. một năm trước

    ☐ B. hai năm trước

    ☐ C. ba năm trước

    ☐ D. bốn năm trước

3)

    ☐ A. Họ chưa đi Việt Nam chơi lần nào hết.

    ☐ B. Họ nhắc đến một sự kiện xảy ra từ hai năm trước.

    ☐ C. Đại dịch đã kết thúc

    ☐ D. Sau khi dịch bệnh kết thúc, họ sẽ cùng nhau đi du học.

Luyện viết 寫作練習

1. **Theo mẫu, hãy dùng cấu trúc " động từ + cho" để hoàn thành các mẫu đối thoại ngắn sau đây:** （請依照範例，用文法「動詞＋ **cho**」完成以下的簡短對話。）

VD. A: Hôm nay tôi phải đi họp nhưng không có ai chăm con nhỏ.

→ B: Hôm nay tôi rảnh ấy, để tôi trông giùm thằng bé *cho.*

1) Cô ơi, do tuần trước không đi học nên em không hiểu bài tập số 4.

   - Thế thì ngày mai tới lớp học, _____

2) Chủ quán ơi, tôi gọi đồ ăn và nước uống cả 30 phút rồi mà chưa có.

   - Hôm nay nhà hàng đông khách quá, _____

3) Tôi muốn đi tìm một căn hộ ở gần trường Đại học Đài Loan mà không biết ở đâu có cho thuê.

   - Mình rành về Đài Bắc lắm, _____

4) Mình có việc gấp nên không kịp xin phép cô giáo cho nghỉ học một hôm.

   - Mình đang ở trên lớp, _____

5) Mình muốn làm quen với anh ấy nhưng tiếc là chưa có cơ hội.

   - Cậu ấy là bạn học cũ của mình ấy, _____

6) Mẹ ơi, cái máy in này dùng thế nào ạ?

   - Ba chưa chỉ cho con cách dùng à? _____

7) Xung quanh đây, chỗ nào có bán đậu phụ thối Đài Loan không?

   - Mình biết ở gần trường Đại học Chính Trị có một quán ngon lắm đó, _____

8) Xin lỗi, mời bạn đi uống café mà lại quên không mang tiền. Ngại ghê ấy!

   - Không sao, _____

2. Theo mẫu, hãy dùng cấu trúc "không biết / chẳng biết / chả biết / đâu biết...là gì" để thể hiện ý phủ định hoàn toàn. （請依照範例，用文法「**không biết / chẳng biết /chả biết / đâu biết...là gì**」表達完全否定之意。）

VD. có rất nhiều tiền / vui

→ Mặc dù cô ấy có rất nhiều tiền nhưng *chẳng biết* vui *là gì*.

1) đã đi du lịch vòng quanh châu Âu / đủ

_____

2) Anh ta nói năng thoải mái / ý tứ

_____

3) được tặng nhiều quà / vui

_____

4) ăn nhiều dầu mỡ và tinh bột / mập

_____

5) quá bận với các loại dự án khác nhau / du lịch

_____

6) Hà nhận được sự giúp đỡ của bạn bè trong lớp / trân quý

_____

7) Cha mẹ chiều chuộng con cái quá mức / phấn đấu

_____

8) Nhà trường tạo điều kiện để hỗ trợ cho sinh viên / tận dụng nguồn lực

_____

3. Theo mẫu, hãy dùng "là ít" để diễn đạt lại ý của các câu sau đây:
（請依照範例，用「**là ít**」改寫下列各句。）

VD. Giá nhà đất ở Đài Bắc khá là mắc. Để thuê được một căn hộ ở quận Văn Sơn 50 mét vuông, bạn phải trả không dưới 2 vạn Đài tệ.

→ Giá nhà đất ở Đài Bắc khá mắc. Để thuê được một căn hộ ở quận Văn Sơn 50 mét vuông, bạn phải trả khoảng 2 vạn Đài tệ *là ít*.

1) Cô giáo của chúng tôi trông khá là trẻ. Hiếu đoán cô ấy đã ngoài ba mươi tuổi.

_____

_____

2) Căn nhà này có giá cho thuê là 11 ngàn/ một tháng, chưa bao gồm tiền điện nước. Như vậy thì một tháng phải chi tầm gần 12 ngàn gì đấy.

_____

_____

3) Nhà ở phố cổ Hà Nội được xây dựng từ thời Pháp thuộc ấy, chắc phải tầm hơn 100 năm ấy.

_____

_____

4) Từ nhà tôi ở Tân Bắc ngồi xe buýt tới trường Đại học Chính Trị phải mất bốn mươi phút.

_____

_____

4. Theo mẫu, hãy dùng cụm từ " xong xuôi" để hoàn thành mẫu hội thoại.（請依照範例，用片語「**xong xuôi**」完成以下對話。）

VD. Mọi thứ chuẩn bị thế nào rồi? Mai là ngày hội văn hóa Việt- Đài rồi đấy.

→ Sếp yên tâm, mọi thứ đã chuẩn bị *xong xuôi* rồi ạ.

1) Mẹ ơi, ăn hết bát cơm này, con muốn đi chơi.

_____

2) Xin lỗi, tôi có thể nói vài lời?

_____

3) Mua nội thất cho nhà mới trước nhé!

_____

4) Cậu đã nói với mọi người là cậu sẽ kết hôn vào tháng tới chưa?

_____

5. Hãy đặt câu với các từ cho sẵn.（請用下列詞語及文法造句）

(1) động từ + cho;   (2) gồng mình;   (3) hóa ra;

(4) sự kiện nổi bật;   (5) dở dang;   (6) xong xuôi;

(7) bám theo;   (8) theo dõi;   (9) nắm;

(10) bớt;   (11) chấn động;   (12) bê bối;

(13) A, lại B;   (14) …không biết…là gì.

_____

_____

_____

_____

_____

_____

_____

_____

_____

_____

_____

6. Bài tập đánh máy: Hãy viết một vài sự kiện nổi bật của Đài Loan trong thời gian gần đây. （打字練習：請寫一些臺灣近期的重大事件。）

Bài 15

Vai trò của gia đình trong xã hội

家庭在社會中的角色

Dẫn đề 課前導讀

Gia đình có vai trò quan trọng trong việc xây dựng, duy trì và phát triển xã hội. Gia đình là nơi sinh ra và nuôi dưỡng tâm hồn của mỗi người, hình thành nhân cách sống cho họ. Đó cũng là chỗ dựa vững chắc cho mỗi cá nhân trong quá trình trưởng thành và sinh sống. Gia đình không khác nào là một hình ảnh thu nhỏ của một xã hội rộng lớn. Nếu ngày càng có nhiều gia đình hạnh phúc thì xã hội sẽ trở nên tươi đẹp hơn. Ngược lại, khi văn hóa và đạo đức của con người không được gia đình chăm sóc và giáo dục tốt thì đó sẽ là một gánh nặng cho cộng đồng và xã hội.

Ý kiến cá nhân 個人意見

1) Trong xã hội ngày nay, giới trẻ chịu tác động của những môi trường giáo dục nào?

2) Theo bạn, thứ tự của hai vế trong câu "xã hội phồn vinh, gia đình hạnh phúc" đã hợp lý chưa? Hãy giải thích.

Hội thoại 會話   ▶MP3-15.1

Ba: Thằng Mít bị bệnh hay có chuyện gì vậy? Thấy nó nằm trong phòng khá lâu rồi.

Má: Em mới về tới nhà, *làm sao mà* em biết được hả anh. Để em vào phòng coi con xem sao.

Mai: Dạ khỏi má à. Mít đang buồn nên không thích nói chuyện đâu. Em ấy không được chọn đi thi học sinh giỏi thành phố là vì con nhà cán bộ thì được ưu tiên hơn.

Ba: Sao mà kỳ vậy ta! Thời đại nào mà còn cái vụ đó, phải cạnh tranh lành mạnh chứ. Ba nghĩ, cuộc thi này *không nhằm* tìm kiếm học sinh giỏi *mà là để* tuyên dương con cái các vị có chức quyền.

Má: *Biết chừng nào* nền giáo dục mới thay đổi chứ! Thời của chúng mình thì làm gì có việc vô lý như vậy. Tầm chục năm gần đây, họ chạy theo thành tích quá trời, làm ảnh hưởng tới cả tâm sinh lý của tụi nhỏ nữa.

Ba: *Phải chi* em nghe anh, cho thằng Mít theo học trường quốc tế như Mai. Em thấy đó, trường của Mai không bao giờ có chuyện đó.

Má: Học phí cao quá, chúng ta lại mới mua nhà. Năm sau em sẽ suy nghĩ lại việc này.

Mai: Năm nay, con sẽ vừa học vừa làm ba ạ. Con mới tìm *được* việc làm thêm, lương rất hậu hĩnh. Hơn nữa, con giành *được* học bổng 80 phần trăm nè. Ba má đổi trường cho em đi. Ở đó, trường chú trọng nâng cao năng lực ngoại ngữ và kỹ năng sống cho người học. Thích lắm ba ạ!

Ba: Vậy nên ba mới cho con học ở đó từ nhỏ đấy. Ở môi trường quốc tế, giáo dục là nền tảng để phát triển tư duy năng động, phẩm chất và chuẩn mực đạo đức của con người. Họ không quan tâm bạn đến từ đâu. Chỉ cần bạn cố gắng, mọi thứ đều được đền đáp xứng đáng.

Mai: Đó cũng là điều mà ba má thường dạy tụi con. Nếu người lớn ai cũng như ba má, chắc chắn rằng ở ngoài kia sẽ không còn bất công. Em Mít sốc vì đã nỗ lực mà không được công nhận.

Ba: Con người không ngừng trau dồi thêm kiến thức không phải để được khen ngợi mà là vì chính bản thân mình. Con an ủi em Mít giúp ba mẹ nha.

Má: À, mà lâu rồi gia đình mình không nướng thịt sau vườn ha?

Mai: Em Mít nhà mình thích nhất là thịt nướng đó má, hihi. Mỗi lần tụi con có chuyện là ba má đều vỗ về, trò chuyện và đặc biệt là...làm món ngon mà tụi con yêu thích. Sau này con phải học má, quan tâm tới gia đình của mình y như vậy.

Má: Con gái má khéo nói quá, nịnh má hoài nha. Mà má quên *mất* là chưa phơi quần áo, con rảnh thì phơi quần áo giùm má *với*. Giờ má đi chợ mua đồ ăn đây.

Mai: Dạ, con biết rồi ạ.

1. Hãy dựa theo nội dung của bài hội thoại, trả lời các câu hỏi sau đây. (請閱讀會話內容，並回答下列問題。)

   1)   Gia đình Mít đang bàn về vấn đề gì?

   2)   Ba của Mít nuối tiếc về điều gì?

   3)   Tại sao chỉ có Mai được học ở trường quốc tế?

   4)   Lí do Mai khuyên ba má đổi trường cho Mít là gì ?

   5)   Điều gì được quan tâm và chú trọng ở trường quốc tế?

   6)   Má nhờ Mai làm gì?

2. **Hãy chọn Đúng (Đ) hay Sai (S) hay Không (K) theo nội dung của bài hội thoại.** （請根據會話內容，勾選「是」（**Đúng**）或「非」（**Sai**）或「沒有提及」（**Không**）。）

	Đúng / Sai / Không
1) Mít không thích ra khỏi phòng vì buồn rầu chuyện học hành, thi cử.	○ Đ ○ S ○ K
2) Ở mọi thời đại, cuộc thi học sinh giỏi chỉ nhằm mục đích tuyên dương con cái nhà cán bộ mà thôi.	○ Đ ○ S ○ K
3) Do nền giáo dục chạy theo thành tích nên ảnh hưởng đến tâm lý của người học.	○ Đ ○ S ○ K
4) Mai được học ở trường quốc tế từ nhỏ.	○ Đ ○ S ○ K
5) Mít giành được học bổng ở trường quốc tế nên sẽ đổi trường.	○ Đ ○ S ○ K
6) Nền giáo dục quốc tế là phải chú trọng phát triển tư duy, phẩm chất và năng lực của người học.	○ Đ ○ S ○ K
7) Xã hội sẽ không còn bất công nếu mọi người đều được học ở môi trường quốc tế.	○ Đ ○ S ○ K
8) Thịt nướng là món ăn mà Mít yêu thích.	○ Đ ○ S ○ K
9) Má nhờ mai phơi quần áo hộ vì phải đi chợ mua đồ ăn.	○ Đ ○ S ○ K
10) Mai khéo nói do biết cách nịnh nọt làm mọi người vui.	○ Đ ○ S ○ K

Từ mới 生詞　▶MP3-15.2

cạnh tranh	競爭	phẩm chất	品行、品格
lành mạnh	良性、健康	chuẩn mực	標準
tuyên dương	表彰、宣揚	đạo đức	道德
chức quyền	職權	đền đáp	回報、報答
hậu hĩnh	優渥	xứng đáng	無愧、不辜負、相對應的
học bổng	獎學金	sốc	震驚
nền tảng	基礎、基石	trau dồi	培養、提高
tư duy	思維	khen ngợi	稱讚、誇獎
năng động	靈活	vỗ về	撫慰、安定
chỗ dựa	依靠、避風港	hình ảnh thu nhỏ	縮影
vững chắc	穩固	phồn vinh	繁榮
cá nhân	個人	nịnh nọt	拍馬屁
quá trình	過程	bất công	不公不義
trưởng thành	成長	phơi	曬

Ngữ pháp 文法

1. **...không nhằm (không phải để) A mà là để B: cấu trúc dùng để nhấn mạnh vế B là mục đích chính cần hướng tới.** （...**không nhằm (không phải để) A mà là để B**：用來強調 **B** 才是需要邁進的主要目的，相當於中文的「不是為了……而是為了……」。）

> Ví dụ
> · Cuộc thi này *không nhằm* tìm kiếm học sinh giỏi thực sự *mà là để* tuyên dương con cái các vị có chức quyền.
>
> 這場比試不是為了尋找真正的優良學生，而是為了要表揚有權勢官員的小孩。
>
> · Sinh viên của tôi sang Việt Nam *không phải để* đi du lịch *mà là để* tham gia trại hè tại Hà Nội.
>
> 我的學生去越南不是為了旅遊，而是為了參加河內的夏令營。

2. **phải chi: kết từ dùng để nêu một giả thiết, một mong muốn trái với thực tế. Phải chi còn biểu thị ý tiếc nuối về một cái gì đó đã xảy ra trong quá khứ.** （**phải chi**：連接詞，用來提出一個與現實相反的假設、期望。還表示對於過去發生的某件事感到可惜。相當於中文的「要是」。）

> Ví dụ
> · *Phải chi* em nghe anh, cho thằng Mít theo học trường quốc tế như Thành. (ý tiếc nuối).
>
> 要是你聽我的，讓小蔑跟小成一樣去讀國際學校就好了。（遺憾之意）
>
> · Hôm nọ *phải chi* ở nhà thì đã gặp được bạn ấy. (giả thuyết không có thật trong quá khứ).
>
> 在過去的某一天，要是我在家就能遇到他了。（不符過去實際發生的假設）

3. ...làm sao mà...được: cấu trúc dùng để nhấn mạnh sự phủ định và có một chút hoài nghi về một hành động nào đó. (**...làm sao mà...được**：用來強調對於某行為的否定性，且帶有一些懷疑，相當於中文的「怎麼可能」。)

> **làm sao mà** ＋動詞／形容詞＋ **được**

Ví dụ
- *Làm sao mà* em biết được hả anh. (không thể biết được).
  我怎麼可能會知道呢？（不可能知道）
- Sự việc quan trọng như thế này, *làm sao mà* tôi quyết định được. (không thể quyết định được).
  這麼重要的事情我怎麼可能能夠下決定呢？（無法決定）

4. biết chừng nào / biết bao / biết mấy: phụ từ biểu thị một mức độ không biết chính xác nhưng nghĩ là nhiều lắm, cao lắm. (**biết chừng nào / biết bao / biết mấy**：副詞片語，用來表示說話者不確定，但認為是很多、很高的數值或程度，相當於中文的「多麼、無比」。)

Ví dụ
- Kiến Thành được mẹ đưa đi sở thú thì vui *biết chừng nào*!
  如果建成能夠被媽媽帶去動物園玩，會多麼開心啊！
- Hạnh phúc *biết mấy* khi thấy bà ngoại mạnh khỏe.
  看到外婆健康時，感到幸福無比。

5. ...với: khẩu ngữ, dùng ở cuối câu khi người nói muốn cầu xin sự giúp đỡ từ người khác. (**...với**：口語，置於句尾，用於當說話者想尋求他人幫助時。)

Ví dụ
- Con rảnh thì phơi quần áo giùm má *với*.
  你有空的話就來幫幫媽媽曬衣服。
- Cho con đi du lịch cùng *với*.
  讓我一起去旅行嘛！

6. mất: đặt sau động từ có nghĩa là một hành động nào đó bị tổn hại, bị thiếu hụt. Nó có nghĩa trái ngược với "được".（**mất**：放在動詞之後，用來表達某個動作受到損害或短損。和 **được**（可以、能夠）反義。）

$$\boxed{\text{動詞} + \textbf{mất}}$$

Ví dụ

· Mà má quên *mất* là chưa phơi quần áo.

但是媽媽忘了還沒曬衣服。

· Buồn ghê ấy! Buổi tiệc hôm nay thiếu *mất* những năm bạn sinh viên.

真難過！今天聚會少了五個學生。

Luyện nói 口說練習

1. Hãy dùng "làm sao mà…được" để nói trong các tình huống sau:
（請用「**làm sao mà…được**」描述下方情境。）

VD. Bịch khoai tây mẹ mới mua ở chợ về rất nặng, Thành không thể xách được. Thành nói:

→ Bịch khoai tây to thế này, *làm sao mà* con xách *được* ạ.

1) Ba muốn Khánh cưới Vân làm vợ nhưng Vân không xinh và dễ thương. Khánh nói:

_____

_____

2) Quý mới học tiếng Việt được 3 tháng thôi nhưng một người tìm cô ấy để biên dịch một tác phẩm văn học. Quý trả lời:

_____

_____

3) Minh có thể nghe hiểu tới 6 ngoại ngữ. Mọi người tám chuyện với nhau:

_____

_____

4) Hiếu và Trang yêu nhau từ thuở hàn vi nhưng họ sớm chia tay sau khi Hiếu trở thành ông chủ. Mọi người buôn chuyện với nhau:

_____

_____

5) Ba Thắng là giảng viên đã về hưu nhưng vẫn hỗ trợ con cái làm nghiên cứu khoa học. Một người nói:

_____

_____

6) Phong quên mất là hôm nay có cuộc họp quan trọng với đối tác. Một đồng nghiệp nói:

_____

_____

7) Hùng từ chối nhận căn biệt thự mà bố mẹ vợ tặng cho vợ chồng Hùng. Người ngoài nói:

_____

_____

8) Anh trai đánh tráo di chúc thừa kế tài sản mà bố mẹ để lại cho cả 3 anh em chúng tôi. Em út nói:

_____

_____

Ngữ vựng 詞彙運用

1. Hãy dựa vào nội dung của bài hội thoại, tìm từ gần nghĩa nhất để thay thế vào các từ gạch chân.（請根據會話內容，勾選與畫線詞語意義相近的詞彙。）

1) Thời đại nào mà còn cái _**vụ**_ đó, phải cạnh tranh lành mạnh chứ.

   ☐ A. việc   ☐ C. cái

   ☐ B. sự   ☐ D. niềm

2) _**Biết chừng nào**_ nền giáo dục mới thay đổi chứ!

   ☐ A. bấy nhiêu   ☐ C. biết bao

   ☐ B. biết bao giờ   ☐ D. biết mấy

3) _**Phải chi**_ em nghe anh, cho thằng Mít theo học ở trường quốc tế như Mai.

   ☐ A. phải chăng   ☐ C. A và B đúng

   ☐ B. giá như   ☐ D. A và B sai

4) Hơn nữa, con giành được học bổng 80 phần trăm _**nè**_.

   ☐ A. này   ☐ C. đó

   ☐ B. đấy   ☐ D. cả A / B / C đúng

5) Con gái má khéo nói quá, nịnh má _**hoài**_ nha.

   ☐ A. mãi   ☐ C. quá

   ☐ B. nhiều   ☐ D. vậy

6) Mà má quên mất là chưa phơi quần áo, con rảnh thì phơi quần áo _**giùm**_ má với.

   ☐ A. hộ   ☐ C. xem

   ☐ B. giúp   ☐ D. A/B đúng

2. Hãy điền vào chỗ trống.（請填空。）

lành mạnh	chức quyền	nền tảng	đền đáp
tuyên dương	hậu hĩnh	năng động	vỗ về

1) Nhà trường _____ những sinh viên đạt thành tích học tập xuất sắc trong năm học vừa qua.

2) Thật khó để tìm được một công việc với mức lương _____ như vậy.

3) Gia đình là một _____ vững chắc để tôi phát triển sự nghiệp.

4) Tôi sẽ nỗ lực hết mình để _____ công ơn của cha mẹ và thầy cô.

5) Chính phủ quan tâm tới việc tạo ra một môi trường sống tốt và _____ cho trẻ em.

6) Đài Loan tuy nhỏ nhưng môi trường kinh doanh rất _____.

7) Với tôi, mẹ là người phụ nữ vĩ đại mà tôi ngưỡng mộ, luôn biết cách _____ con cái trong mọi hoàn cảnh.

8) Hắn ta lợi dụng _____ để làm điều hại nước hại dân.

Luyện nghe 聽力練習　　　　　　　　　　　▶MP3-15.3

1. Nghe đoạn hội thoại và lựa chọn đáp án đúng nhất.（請聽對話，並選出最正確的答案。）

　1)

　　　☐ A. từ khi Nam mới một tuổi

　　　☐ B. từ khi em trai Nam mới một tuổi

　　　☐ C. từ khi Nam mới hai tuổi

　　　☐ D. từ khi em trai Nam mới hai tuổi

　2)

　　　☐ A. lễ phép và học giỏi

　　　☐ B. bố mẹ sống chung với con cái

　　　☐ C. tình yêu thương của người lớn đối với con cháu

　　　☐ D. không được ly hôn

　3)

　　　☐ A. với ông bà ngoại và em trai

　　　☐ B. với ông bà nội và em trai

　　　☐ C. với ba má và em trai

　　　☐ D. với má và em trai

Luyện viết 寫作練習

1. **Theo mẫu, hãy dùng kết cấu "...không nhằm (không phải để)...mà là để..." để hoàn thành các câu sau đây:** (請依照範例，用文法「…不為了（不是為了）…而是為了…」完成句子。)

VD. Sinh viên sang Việt Nam / tham quan / thực tập

→ Sinh viên sang Việt Nam *không phải để* tham quan *mà là để* thực tập vào dịp hè.

1) chạy bộ / giảm cân / có tinh thần thoải mái

   _____

2) mẹ cô giáo / đi du lịch / trông em Kiến Thành

   _____

3) đến phòng trà / uống trà / thưởng thức âm nhạc

   _____

4) lên phố / đi mua sắm / gặp gỡ bạn bè nhân dịp đầu xuân

   _____

5) đến nhà hát / để hát / xem biểu diễn nhã nhạc cung đình Huế

   _____

6) Đến công ty / tham gia phỏng vấn / gặp trưởng phòng kinh doanh

   _____

7) đi chợ tình / mua quần áo hay thực phẩm / tìm người yêu

   _____

8) họ làm việc hăng say / tăng lương / yêu công việc

   _____

2. Hãy dùng "phải chi" để diễn đạt ý giả thuyết, mong muốn hay tiếc nuối về một điều gì đó xảy ra trong quá khứ hay hiện tại. （請用「**phải chi**」表達對過去或現在發生的某事的假設、期望或遺憾。）

VD. nghe lời khuyên của cha mẹ

→ *Phải chi* nó nghe lời khuyên của cha mẹ thì sự việc đã khác đi rồi.

1) học tập chăm chỉ hơn thì đã thi đỗ vào Bộ Ngoại giao

_____

2) có bạn gái dễ thương và hiền lành

_____

3) sếp hiểu và tin tưởng vào năng lực của nhân viên

_____

4) chính quyền địa phương quan tâm tới người nghèo hơn

_____

5) công trình kiến trúc lịch sử không bị phá hủy bởi chiến tranh

_____

6) một ngày có thêm mười hai giờ đồng hồ để hoàn thành công việc

_____

7) tìm được một công việc ổn định để yên tâm làm việc và cống hiến

_____

8) người dân trên thế giới đã không phải trải qua những gì khốc liệt, đau thương nhất của thế chiến thứ II

_____

3. Hãy dùng cụm từ "biết chừng nào / biết bao / biết mấy" để nói về các tình huống sau đây:（請用「**biết chừng nào / biết bao / biết mấy**」描述下方情境。）

VD. nhận được học bổng của Chính phủ Đài Loan

→ Vinh hạnh phúc *biết chừng nào* khi nhận được học bổng của Chính phủ Đài Loan, được có cơ hội ra nước ngoài học tập.

1) bị bạn thân lừa một vố đau

_____

2) tìm được một căn hộ vừa rộng vừa thoáng mát

_____

3) thưởng thức ẩm thực ba miền của Việt Nam

_____

4) được đi nghỉ mát với gia đình vào dịp nghỉ hè

_____

5) tập yoga cho tinh thần thư thái, sảng khoái và yêu đời hơn

_____

6) tuột mất cơ hội thăng tiến trong công việc

_____

7) tìm được một công việc mà mình yêu thích

_____

8) gặp lại gia đình sau mười mấy năm xa cách bởi chiến tranh

_____

4. Hãy dùng cấu trúc "...với" để hoàn thành các câu sau đây:（請用 文法「**...với**」完成句子。）

VD. không ở đó / giúp đỡ Tình giùm

→ Mình không có ở đó, bạn giúp đỡ Tình giùm mình *với*.

1) đang tìm căn hộ / thuê hộ

_____

2) đi khu vui chơi giải trí / thoải mái

_____

3) vân Anh nằm viện / gửi mấy lời hỏi thăm

_____

4) tủ lạnh hết đồ / đi siêu thị cùng

_____

5) kỳ nghỉ hè này / đi leo núi cùng

_____

6) Mẹ nấu nhiều đồ ăn quá / ăn giúp

_____

7) áp lực trong học tập / đi hát cùng

_____

8) mở rộng thị trường kinh doanh / đầu tư cùng

_____

5. Hãy thêm " được" hay "mất" vào các câu sau đây:（請將「**được**」或「**mất**」填入下列句子。）

1) Công ty A mới giành _____ thị trường Đông Nam Á sau nhiều năm cạnh tranh với công ty B.

2) Cô gái xinh đẹp ấy đã lấy _____ trái tim của anh trai tôi.

3) Hôm nay đi mua sắm, tôi tiêu _____ vài ngàn Đài tệ.

4) Thư ký mới nói _____ vài câu thì bị giám đốc cắt ngang lời.

5) Thanh rất ưng đôi giày màu đen và quyết định về nhà xin tiền mẹ, nhưng khi quay lại thì người khác đã mua _____ đôi giày đó.

6) Nhiều sinh viên ngành Đông Nam Á xin _____ việc làm tốt sau khi tốt nghiệp.

7) Tuần sau, chúng tôi có buổi biểu diễn văn nghệ, tôi định mượn chiếc áo dài của Chinh nhưng cô ấy cho Linh mượn _____ rồi.

8) Nhờ chăm chỉ học tập mà sinh viên có thể nói _____ tiếng Việt sau một học kỳ.

6. Hãy đặt câu với các từ cho sẵn sau đây:（請用下列詞語及文法造句。）

(1) …không nhằm…mà là để…; (2) phải chi;

(3) cạnh tranh lành mạnh; (4) …làm sao mà…được…;

(5) biết chừng nào; (6) biết bao; (7) hậu hĩnh;

(8) …với; (9) động từ + được; (10) nền tảng;

(11) phẩm chất; (12) chuẩn mực đạo đức;

(13) …với; (14) vỗ về

_____

_____

_____

_____

_____

_____

_____

_____

_____

7. **Bài tập đánh máy: Hãy chia sẻ ý kiến của bản thân về vai trò của gia đình trong xã hội hiện đại.**（打字練習：請分享您對於現代社會中家庭所扮演著的角色之看法。）

Văn hóa vùng miền

地區文化

Dẫn đề 課前導讀

Dải đất hình chữ S của Việt Nam được chia thành 3 vùng: miền Bắc, miền Trung và miền Nam. Miền Bắc là cái nôi của nền văn hóa người Việt, các tập tục ở đây thường nghiêm túc và nề nếp nhất, họ có những quy định riêng trong các nghi lễ như ma chay, cưới hỏi, giỗ Tết...và hầu như không bao giờ chuệch choạc. Người miền Nam thì sống thoáng hơn, họ không thích gò mình vào bất cứ một khuôn phép nào. Ẩm thực Việt Nam cũng mang tính đặc trưng vùng miền, miền Bắc luôn tinh tế, miền Trung thì đậm đà, còn miền Nam thì đa dạng và phong phú hơn.

Ý kiến cá nhân 個人意見

1. Hà Nội là trung tâm văn hóa, chính trị của nước Việt Nam. Theo bạn, những điều này có ảnh hưởng gì tới lối sống khuôn phép ở nơi đây không?

2. Bạn đã tìm hiểu qua về vùng đất Sài Gòn chưa? Nếu có, bạn có cho rằng nơi đây có lối sống cởi mở và phóng khoáng hơn những nơi khác không? Tại sao?

Nguyên:	Xíu nữa đi ăn bánh canh cá lóc không? Tao mới phát hiện ra một quán mới, ngon ơi là ngon ấy.
Trung:	Thôi, cho tao xin. Mày *toàn* rủ tao ăn bánh canh cá lóc, ăn nhiều *đến nỗi* người nổi mụn hết lên rồi này. Tiết trời Sài Gòn nắng nóng mà cứ rủ ăn *toàn* những thứ vừa cay vừa nóng.
Nguyên:	Tại mày hay thức khuya thì đúng hơn, lại còn đổ thừa vì đồ ăn (hihi).
Trung:	Tao có thói quen ăn nhạt từ bé. Vào Sài Gòn, hết ăn cay lại ăn ngọt. *Thà* đi ăn cháo cá *còn hơn* ăn bánh canh.
Nguyên:	Vậy thì tao gọi thằng Thắng và Hoan đi cùng nha. Chúng ta đi ăn cháo cá, rồi tìm một quán cà phê nào đó cạnh sông Sài Gòn, vừa ngắm cảnh vừa tán gẫu được.
Trung:	Ừ. Chẳng mấy chốc nữa là tốt nghiệp đại học, rồi mỗi đứa một nơi, giờ phải tranh thủ tụ tập thôi. Thời sinh viên là quãng thời gian đẹp nhất trong cuộc đời. Hãy cứ sống hết mình đi.
Nguyên:	Ra trường, có về Bắc làm không hả?
Trung:	Về chứ, quê tao ở ngoài đó mà. Còn có bố mẹ, anh em và dòng tộc nữa.
Nguyên:	Dân Bắc sao lại kỳ cục ha! Sống là cho bản thân, mà tại sao *toàn* nói là vì gia đình.
Trung:	Đơn giản vì đó là cái gốc gác, quê hương của tao. Hơn nữa, tao cũng hợp với phong cách sống ở đó hơn.
Nguyên:	Trông mày khá tự do tự tại. Tao thấy mày sống ở đây rất thoải mái đấy chứ.
Trung:	Con người miền Nam giản dị và thân thiện, nhưng tao vẫn thích trở về nơi cội nguồn hơn.

Nguyên: Còn Diễm thì sao? Nó kết mày lắm ấy. Người gì mà đã đẹp lại còn khéo nói.

Trung: Diễm là một cô gái tốt nhưng có lẽ chúng tao không hợp nhau.

Nguyên: *Làm gì mà* nguyên tắc *thế*. Lỡ đâu nàng ấy *lại* thay đổi vì mày?

Trung: Sự khác biệt trong tính cách và văn hóa vùng miền, dễ gì mà thay đổi được.

Nguyên: Tao chỉ chọc mày một chút thôi mà, đừng nghiêm túc quá! Chỉ mong sao, sau này vẫn có nhiều dịp gặp lại mày.

Trung: Tất nhiên. Tao đâu lười *đến mức* bỏ bê anh em. Chỉ cần sắp xếp được thời gian, tao sẽ bay vào Sài Gòn thăm chúng mày nha.

Nguyên: Được lắm. Ghi âm hết lại rồi đó nha (haha).

1. Hãy dựa theo nội dung của bài hội thoại, trả lời các câu hỏi sau đây.（請閱讀會話內容，並回答下列問題。）

   1) Lí do mà Trung muốn đi ăn cháo cá, chứ không chịu ăn món bánh canh cá lóc là gì?

   2) Họ muốn rủ Thắng, Hoan đi đâu và làm gì?

   3) Lí do Trung không muốn ở lại Sài Gòn là gì?

   4) Con người miền Nam được đánh giá như thế nào?

   5) Diễm là ai? Điều gì đã khiến Trung không muốn quen Diễm?

   6) Họ hứa hẹn với nhau về điều gì?

2. Hãy chọn Không (K), Đúng (Đ) hay Sai (S) theo nội dung của bài hội thoại.（請根據會話內容，勾選「是」（**Đúng**）或「非」（**Sai**）或「沒有提及」（**Không**）。）

	Đúng / Sai / Không
1) Theo chuyên gia: Khi thời tiết nắng nóng mà ăn những thực phẩm cay nóng thì dễ ra mồ hôi.	○ Đ ○ S ○ K
2) Lí do chính làm cho Trung nổi mụn là vì thức khuya.	○ Đ ○ S ○ K
3) Cháo cá nhạt hơn bánh canh cá lóc.	○ Đ ○ S ○ K
4) Trung là người Bắc còn Nguyên là người phía Nam.	○ Đ ○ S ○ K
5) Con người đất Nam bộ giản dị và thân thiện.	○ Đ ○ S ○ K
6) Diễm sinh ra ở một vùng miền khác với Trung.	○ Đ ○ S ○ K
7) Sự khác biệt về tính cách và văn hóa vùng miền làm cho Trung e ngại nếu muốn quen Diễm.	○ Đ ○ S ○ K
8) Trung hứa hẹn sau khi tốt nghiệp, trở về Bắc nhưng vẫn sẽ quay lại tìm các bạn thời đại học.	○ Đ ○ S ○ K

262

bánh canh cá lóc	烏魚米粉	kỳ cục	奇怪
nổi mụn	長痘痘	cái gốc gác	本源、根源
mồ hôi	汗水	cội nguồn	根本、根源
đầm đìa	涔涔、淋漓	bon chen	（硬要）爭奪（不屬於自己的東西，帶貶意）
đổ thừa	怪罪、誣賴	khéo nói	巧言、嘴甜
ăn nhạt	吃得清淡	phóng khoáng	豪放、開放
cháo cá	魚粥	chọc	開玩笑、逗弄
tán gẫu	閒聊、談天	bỏ bê	忽視（帶有不負責任之意）
tranh thủ	抓緊、把握	tụ tập	集合、群聚
lối sống	生活型態	mấy chốc	不久
cởi mở	開放	mỗi đứa một nơi	各奔東西
nề nếp	有規矩	sống hết mình	活出自我；努力生活
tập tục	習俗、風俗	ghi âm	錄音
chuệch choạc	馬虎、不整齊	e ngại	顧慮；畏縮

Ngữ pháp 文法

1. **A đến nỗi / đến mức B: dùng để nhấn mạnh khi vế A ở mức độ cao thì dẫn đến B là kết quả của một điều không bình thường.** (**A đến nỗi / đến mức B**：用來強調當子句 **A** 處於高的程度時，就會導致不尋常的結果 **B** 發生，相當於中文的「到……（的程度）」。)

> **A đến nỗi / đến mức B**

Ví dụ ▸　· Mày rủ tao ăn nhiều bánh canh cá lóc *đến nỗi* người nổi mụn hết lên rồi này.

　　　　你一直約我去吃烏魚米粉到我現在全身都長滿痘痘。

　　　　· Tao đâu lười *đến mức* bỏ bê anh em luôn.

　　　　我哪會懶惰到忽略兄弟。

2. **toàn: phụ từ, đứng trước danh từ để biểu thị mức độ nhiều và thuần nhất của danh từ đó.** (**toàn**：副詞，置於名詞前，用來表示此名詞的程度高與單一性，相當於中文的「都／盡是……」。)

> **toàn / toàn là** ＋名詞／動詞

Ví dụ ▸　· Ăn *toàn* những thứ vừa cay vừa nóng, ăn xong là người nổi mụn luôn.

　　　　都吃一些又辣又容易上火的食物，吃完全身長滿痘痘。

* **Chú ý: nếu "toàn" đứng trước động từ thì dùng để biểu thị ý một hành động diễn ra như một thói quen hay một qui luật.** (注意：如果 toàn 置於動詞前，則用來表示某個行動就如同習慣或規律般發生，相當於中文的「都」。)

Ví dụ ▸　· Ba *toàn* đi ngủ sau mười hai giờ.

　　　　爸爸都在十二點過後睡覺。

3. thà A còn hơn / chứ không B: Cấu trúc dùng để biểu thị ý dù biết rõ A là điều không hay nhưng vẫn miễn cưỡng chấp nhận để tránh gặp B là điều xấu hơn.（thà A còn hơn / chứ không B：用來表示儘管清楚明白 A 是不好的事情，但為了避免遭遇更差的 B，所以勉強接受，相當於中文的「寧願 A 也不 B」。）

> **thà A còn hơn B**
>
> **thà A, chứ không B**

Ví dụ
- *Thà* đi ăn cháo cá *còn hơn* ăn bánh canh.

  寧願去吃魚粥，也不要去吃越式米苔目。

- *Thà* hy sinh tất cả, *chứ không* chịu mất nước, không chịu làm nô lệ. (Trích trong "Lời kêu gọi toàn quốc kháng chiến" của Hồ Chí Minh)

  寧可犧牲一切，也不願喪國，不願成為奴隸。（摘自胡志明之「呼喚全國抗戰宣言」）

4. làm gì mà...thế.: cấu trúc biểu thị sự ngạc nhiên hay một sắc thái tiêu cực về một sự việc hay hành động nào đó.（làm gì mà....thế：用來表示對於某件事情或行為感到驚訝或有抱持負面態度，相當於中文的「幹嘛那麼；怎麼這麼……？」。）

Ví dụ
- *Làm gì mà* nguyên tắc *thế.*

  幹嘛那麼有原則啦。

- *Làm gì mà* buồn *thế.*

  怎麼這麼難過呢？

5. lại: phó từ, đứng trước động từ hay tính từ để biểu thị ý trái với lẽ thường của sự vật, hiện tượng.（lại：副詞，放在動詞或形容詞前，用來表示某件事物、現象與常理相反。）

$$\boxed{\text{lại} + 動詞／形容詞}$$

Ví dụ　　・Lỡ đâu nàng ấy *lại* thay đổi vì mày?

　　　　　　說不定她會為你改變？

　　　　　　・Hôm nay con *lại* muốn đi ăn cơm Thái Lan à?

　　　　　　你今天又想要去吃泰式料理喔？

Luyện nói 口說練習

1. Hãy dùng kết cấu "thà A còn hơn / chứ không B"để tạo câu. （請用
文法「**thà A còn hơn / chứ không B**」造句。）

VD. đi ngủ / đi xem bắn pháo hoa

→ Biết đường đông như vậy, *thà* ở nhà đi ngủ, *chứ không* đi xem bắn
pháo hoa.

1) đến trường muộn / lái xe mà không an toàn

_____

2) đi bộ / đi xe buýt

_____

3) ở nhà chơi với con / đến nơi đông người

_____

4) Ở vậy / lấy chồng mà không hạnh phúc

_____

5) theo đuổi cái mà mình yêu thích / thiếu đam mê

_____

6) nghèo tiền bạc / nghèo nhân cách và đạo đức

_____

7) ở nhà thuê / vay nợ ngân hàng

_____

8) im lặng / làm người khác khó chịu

_____

Ngữ vựng 詞彙運用

1. Hãy dựa vào nội dung của bài hội thoại, tìm từ gần nghĩa nhất để thay thế vào các từ gạch chân.（請根據會話內容，勾選與畫線詞語意義相近的詞彙。）

1) Mày toàn rủ tao ăn bánh canh cá lóc, ăn nhiều đến nỗi người nổi mụn hết lên rồi **_này_**.

   ☐ A. mà   ☐ C. thôi

   ☐ B. nè   ☐ D. cơ

2) Thà đi ăn cháo cá **_còn hơn_** ăn bánh canh.

   ☐ A. chứ không   ☐ C. thế không

   ☐ B. mà không   ☐ D. vậy không

3) Chúng ta đi ăn cháo cá rồi tìm một quán cà phê nào đó cạnh sông Sài Gòn, vừa ngắm cảnh vừa **_tán gẫu_** được.

   ☐ A. tán dóc   ☐ C. gặp gỡ

   ☐ B. giao lưu   ☐ D. tình cảm

4) Nó **_kết_** mày lắm ấy. Người gì mà đã đẹp lại còn khéo nói.

   ☐ A. ưng   ☐ C. ghét

   ☐ B. thương   ☐ D. giận

5) **_Làm gì mà_** nguyên tắc **_thế_**. Lỡ đâu nàng ấy lại thay đổi vì mày?

   ☐ A. Tại sao mà…thế   ☐ C. A / B đúng

   ☐ B. Làm sao mà…thế   ☐ D. A / B sai

2. Dựa theo nội dung của bài hội thoại, hãy tìm định nghĩa phù hợp nhất cho các từ bên dưới sau đây:（請根據會話內容，找出最符合下列詞語的定義。）

đổ thừa (1);   tán gẫu (2);   tranh thủ (3);

cội nguồn (4);   bỏ bê (5);   tụ tập (6)

1) Tận dụng thời gian hay cơ hội để làm một việc gì đó.

2) Không quan tâm, không chú ý gì đến một việc nào đó.

3) Là nguồn gốc, nơi mà gia đình và bản thân ta được sinh ra.

4) Đổ lỗi cho người khác hay hoàn cảnh để trốn tránh hay giảm trách nhiệm.

5) Tận dụng thời gian rảnh rỗi để nói chuyện cho vui, những chuyện không quan trọng.

6) Tập trung lại thành một nhóm, một đám đông.

1. Hãy nghe đoạn hội thoại và lựa chọn đáp án đúng nhất. （請聆聽對話，並選出最正確的答案。）

1)

　　☐ A. có khẩu vị mặn

　　☐ B. có hình dáng trụ dài

　　☐ C. có nhân đậu xanh

　　☐ D. có thể có hoặc không có nhân thịt

2)

　　☐ A. khẩu vị giống nhau

　　☐ B. hình dáng giống nhau

　　☐ C. bánh chưng và bánh tét đều được làm từ gạo nếp

　　☐ D. tên gọi giống nhau

3)

　　☐ A. hình trụ dài

　　☐ B. hình vuông

　　☐ C. hình tam giác

　　☐ D. hình gì cũng được

Luyện viết 寫作練習

1. **Hãy dùng cấu trúc "A đến mức / đến nỗi B" để hoàn thành câu.**（請用文法「**A đến mức / đến nỗi B**」完成句子。）

   1) Hắn xấu tính đến nỗi_____

   2) Nhà họ giàu đến mức_____

   3) Cô ấy tức giận đến mức_____

   4) Món này ngon đến nỗi_____

   5) Cuộc sống này tẻ nhạt đến mức_____

   6) Gia đình họ hạnh phúc đến nỗi_____

   7) Thúy Kiều được Nguyễn Du miêu tả đẹp đến mức_____

   8) Xem xong bộ phim Hàn Quốc mà chúng tôi buồn đến nỗi_____

2. **Hãy thêm từ "toàn" vào các câu sau đây để biểu thị mức độ nhiều và thuần nhất của danh từ.**（請將「toàn」填入下方各句，以表示某事物的程度高且單一。）

   1) Cô ấy nói điều hay, điều tốt.

   _____

   2) Mẹ nấu món ăn Việt Nam.

   _____

   3) Sinh viên ngành Đông Nam Á nói tiếng Việt.

   _____

   4) Vườn hoa là màu đỏ.

   _____

3. Hãy dùng kết hợp "toàn + động từ" để trình bày lại ý của các câu sau đây:（請用「**toàn**＋動詞」重新闡述下列各句的意思。）

VD. Cô giáo tôi thường đi bộ lên lớp học ở trên núi.

→ Cô giáo tôi *toàn* đi bộ lên lớp học ở trên núi.

1) Sinh viên thường đi ngủ muộn vì phải làm bài tập về nhà.

_____

2) Sinh viên chỉ thích nói tiếng Việt trong lớp học.

_____

3) Chồng tôi chỉ thích ăn đồ Tây, không ăn nội tạng động vật và hải sản.

_____

4) Cô ấy không bao giờ dùng mỹ phẩm Việt Nam, chỉ dùng hàng Hàn Quốc.

_____

4. Hãy dùng kết hợp "toàn + động từ" để trình bày lại ý của các câu sau đây:（請用文法「**"làm gì mà...thế"**」表達對下方各情境帶有驚訝或負面態度。）

VD. Thành vừa đi vừa hát líu lo. Mẹ hỏi:

→ *Làm gì mà* vui *thế* con?

1) Minh đến rạp hát chờ An đã nửa tiếng. Khi An vừa tới, Minh hỏi:

_____

2) Khoa tự lái xe hơi đến dự hội nghị lúc 10 giờ sáng nay, nhưng phía trước có nhiều xe chạy chậm nên Khoa không di chuyển nhanh được. Khoa lẩm bẩm:

_____

3) Lần đầu tiên sang châu Âu vào dịp lễ Giáng sinh, nhìn thấy tuyết rơi, trông rất đẹp, nhưng Thành không quen với khí hậu như vậy. Thành nói:

_____

4) Ngắm nghía và chiêm ngưỡng vẻ đẹp hữu tình ở hồ Nhật Nguyệt, con người không thể không thốt lên rằng:

_____

5. Hãy dùng "lại + động từ / tính từ" để nói về các tình huống sau đây (biểu thị ý trái với lẽ thường của sự vật, hiện tượng) :（請用「**lại**＋動詞／形容詞」描述以下情境（表示與某件事情、現象的常理相反）。）

VD. Cường rất thích chơi bóng đá. Nhưng hôm nay anh ấy lại đi chơi cầu lông. Bạn gái của Cường hỏi:

→ Sao hôm nay *lại* đi chơi cầu lông vậy nè?

1) Đình thường đi ngủ lúc 12 giờ đêm. Nhưng hôm nay, mới 8 giờ tối đã buồn ngủ. Mẹ Đình hỏi:

_____

2) Thi xong cuối kỳ, ai cũng vui, chỉ mình Thùy buồn. Bạn cùng lớp hỏi:

_____

3) Nghỉ lễ 4 ngày nhưng gia đình Thành chỉ ở nhà. Hàng xóm hỏi:

_____

4) Duyên không ăn được đồ Tây nhưng hôm nay bạn ấy ăn vài chiếc bánh hamburger bò. Bạn thân của Duyên hỏi:

_____

5) Khánh thường đi học bằng xe đưa rước của trường. Nhưng hôm nay, bạn ấy đi bằng xe buýt. Bạn của Khánh hỏi:

_____

6) Đạt thường đến lớp học rất muộn. Nhưng hôm nay bạn ấy tới rất sớm. Cô giáo hỏi:

_____

7) Quốc Anh là một chàng trai vui tính và tốt bụng. Nhưng hôm nay bạn ấy trông rất tức giận. Một bạn nói:

_____

8) Hoàng là một chàng trai rụt rè và ít nói. Nhưng hôm nay bạn ấy dám tặng hoa cầu hôn bạn gái ở giữa hội trường. Một bạn hỏi:

_____

6. Hãy đặt câu với các từ cho sẵn: （請用下列詞語及文法造句。）

(1) A đến nỗi B;   (2) A đến mức B;   (3) toàn + động từ;

(4) toàn + danh từ;   (5) thà…còn hơn;   (6) thà…chứ không;

(7) làm gì mà…thế;   (8) …lại…;   (9) đổ thừa;

(10) tán gẫu

_____

_____

_____

_____

_____

_____

_____

_____

_____

7. Bài tập đánh máy: Hãy viết về sự khác biệt trong văn hóa vùng miền ở Đài Loan. （打字練習：請描述臺灣各個地區的文化差異。）

國家圖書館出版品預行編目資料

初級越南語會話Tiếng Việt Hội Thoại Trung Cấp/
黎氏仁（Lê Thị Nhâm）編著
-- 初版-- 臺北市：瑞蘭國際, 2022.10
280面；21×29.7公分 --（外語學習系列；114）
ISBN：978-986-5560-91-1（平裝）
1. CST：越南語 2. CST：會話

803.7988   11016205

外語學習系列114

中級越南語會話 Tiếng Việt Hội Thoại Trung Cấp

編著者｜黎氏仁（Lê Thị Nhâm）
中文翻譯、聽力練習編著者｜吳家丞
責任編輯｜潘治婷、王愿琦
校對｜黎氏仁、吳家丞、潘治婷、王愿琦

越南語錄音｜阮英中（Nguyễn Anh Trung）、范秋芳（Phạm Thu Phương）、
　　　　　　葉昌榮（Gip Xương Vinh）、葉可彤（Nguyễn Ngọc Thảo Trang）
錄音室｜采漾錄音製作有限公司
封面設計、版型設計｜劉麗雪
內文排版｜陳如琪

瑞蘭國際出版
董事長｜張暖彗‧社長兼總編輯｜王愿琦
編輯部
副總編輯｜葉仲芸‧主編｜潘治婷
設計部主任｜陳如琪
業務部
經理｜楊米琪‧主任｜林湲洵‧組長｜張毓庭

出版社｜瑞蘭國際有限公司‧地址｜臺北市大安區安和路一段104號7樓之一
電話｜(02)2700-4625‧傳真｜(02)2700-4622‧訂購專線｜(02)2700-4625
劃撥帳號｜19914152 瑞蘭國際有限公司
瑞蘭國際網路書城｜www.genki-japan.com.tw

法律顧問｜海灣國際法律事務所　呂錦峯律師

總經銷｜聯合發行股份有限公司‧電話｜(02)2917-8022、2917-8042
傳真｜(02)2915-6275、2915-7212‧印刷｜科億印刷股份有限公司
出版日期｜2022年10月初版1刷‧定價｜600元‧ISBN｜978-986-5560-91-1